വിജ്ഞാനകുസൃതികൾ

vijnanakusrthikal

•

t k krishnanarayanan

•

chintha first edition
january 2012

•

typesetting & published
chintha publishers, thiruvananthapuram

•

printed
repro india ltd, mumbai

•

cover
abdul azeez

വിതരണം

ദേശാഭിമാനി ബുക്ക് ഹൗസ്

H O തിരുവനന്തപുരം-695 035
phone: 0471-2303026, 6063026
www.chinthapublishers.com
chinthapublishers@gmail.com

ബ്രാഞ്ചുകൾ

ഹെഡ്ഡാഫീസ് ബ്രാഞ്ച് കുന്നുകുഴി • സ്റ്റാച്യു തിരുവനന്തപുരം • കെ എസ് ആർ ടി സി ബസ് സ്റ്റേഷൻ ആലപ്പുഴ • കെ എസ് ആർ ടി സി ബസ് സ്റ്റേഷൻ എറണാകുളം • ഐ ജി റോഡ് കോഴിക്കോട് • മാവൂർ റോഡ് കോഴിക്കോട് • എൻ ജി ഒ യൂണിയൻ ബിൽഡിങ് കണ്ണൂർ • സെൻട്രൽ ബസ് ടെർമിനൽ കോംപ്ലക്സ് താവക്കര കണ്ണൂർ

CO - 1522 / 2597
ISBN - 978-81-26205-68-4

വിജ്ഞാനകുസൃതികൾ

ടി കെ കൊച്ചുനാരായണൻ

ചിന്ത പബ്ലിഷേഴ്സ്
തിരുവനന്തപുരം-695 035
വില: ₹ 80

ടി കെ കൊച്ചുനാരായണൻ

പാലക്കാട് ജില്ലയിലെ ഒറ്റപ്പാലത്ത് ജനനം (1945).

ശാസ്ത്രസാഹിത്യകാരൻ, ചെറുകഥാകൃത്ത്, ഗ്രന്ഥകർത്താവ്, എഡിറ്റർ. ടിവി അവതാരകനും സംവിധായകനും.

ഗണിതത്തിൽ ബിരുദാനന്തരബിരുദം. ആദ്യത്തെ സമ്പൂർണ വിജ്ഞാനകോശമായ *എസ് പി സി എസിന്റെ വിശ്വവിജ്ഞാനകോശത്തിൽ* അസി. എഡിറ്ററായി ഔദ്യോഗിക ജീവിതം ആരംഭിച്ചു (1969).

2000 ൽ കേരളഭാഷാ ഇൻസ്റ്റിറ്റ്യൂട്ടിൽനിന്ന് അസി. ഡയറക്ടറായി വിരമിച്ചു. സി-ഡിറ്റ് (ചീഫ് പ്രൊഡ്യൂസർ), വൈലോപ്പിള്ളി സംസ്കൃതി ഭവൻ (പ്രഥമ വൈസ് ചെയർമാൻ), മാനവീയം സാംസ്കാരികമിഷൻ (ഭരണസമിതി അംഗം) എന്നീ നിലകളിൽ പ്രവർത്തിച്ചു. കേരളശാസ്ത്ര സാഹിത്യ പരിഷത്തിൽ പ്രസിദ്ധീകരണ-സംഘടനാ രംഗത്ത് 1969 മുതൽ പ്രവർത്തിച്ചു.

കണക്ക് വരയും കുറിയും, ഗണിതം ചിരിയും ചിന്തയും, കുട്ടിമാഷും കുട്ടിക്കണക്കും, പത്തുപത്തുകൾ, കുസൃതികിവിസ്, തുടങ്ങി ഇരുപത്തഞ്ചോളം കൃതികൾ.

ഒഴുക്കിന്റെ അശാന്തത എന്ന ഡോക്യുമെന്ററിയടക്കം (അവാർഡ്, 1998) *ശബ്ദമാലിന്യം, ഒന്നൊന്നെങ്ങനെ എഴുതാം, ത്രികോണമിതി, ഇം എം എസും കുട്ട്യോളും, കൊടുങ്ങല്ലൂർ, ഇടശ്ശേരിക്കവിത, കുഞ്ഞുണ്ണിമാഷും കുട്ട്യോളും, എം ടി* തുടങ്ങി മുന്നൂറോളം വീഡിയോ പ്രോഗ്രാമുകൾ സംവിധാനം ചെയ്തു.

ഉയരങ്ങളിലെ നോക്കുകുത്തി, ചീരാപ്പ് കഥകൾ എന്നീ രണ്ടു ചെറുകഥാസമാഹാരങ്ങൾ. നൂറിലധികം വിദ്യാഭ്യാസപരിപാടികളുടെ (ദൂരദർശനിൽ 'കുസൃതിക്കളം', ഏഷ്യാനെറ്റിൽ 'വഴികാട്ടി') ടി വി അവതാരകൻ.

കണക്ക് എരിവും പുളിയും എന്ന കൃതിക്ക് ഏറ്റവും മികച്ച പോപ്പുലർ സയൻസ് ഗ്രന്ഥത്തിനുള്ള 1997ലെ സംസ്ഥാന സർക്കാർ അവാർഡ് ലഭിച്ചു.

ജോലിയിൽനിന്ന് സ്വയം വിരമിച്ച കാനറാബാങ്ക് ഓഫീസർ എം ബീനയാണ് ഭാര്യ. മക്കൾ: ഉപരിപഠനം നടത്തുന്ന എഞ്ചിനീയറിങ് ബിരുദധാരികളായ രാജീവ് ടി കെ, പാർവതി ടി കെ.

വിലാസം : kochutk@gmail.com

1. സൂര്യൻ, ചന്ദ്രൻ

ചന്ദ്രോപരിതലത്തിൽ 1969 ജൂലായ് 20 ന് അമേരിക്ക മനുഷ്യനെ ഇറക്കി. അപ്പോളോ 11 എന്ന ആ പേടകത്തിൽ മൂന്നുപേർ (Neil A. Armstrong, Michael Collins, Edwin Aldrin) ആണ് ഉണ്ടായിരുന്നത്. ഈ ശാസ്ത്രനേട്ടത്തിൽ ഊറ്റംകൊണ്ട് സംസാരിക്കുകയായിരുന്നു ഒരു അമേരിക്കക്കാരൻ. കേട്ടുനിന്ന മറു രാഷ്ട്രക്കാരൻ യുവാവ് ഇതിനോട് ഇങ്ങിനെ പ്രതികരിച്ചു.

നീൽ ആംസ്ട്രോങ്ങ്

പ്രതികരണം : ഞങ്ങൾ സൂര്യനിൽ ഒരു മനുഷ്യനെ ഇറക്കുവാനുള്ള തീവ്രശ്രമത്തിലാണ്. അതുടൻ വിജയപ്രദമാകും. ഉറപ്പ്.

മറുപടി : സൂര്യനിലോ? (അത്ഭുതത്തോടെ). അവിടുത്തെ കൊടും ചൂടിലോ?

ഉത്തരം : ചുമ്മാതിരി. രാത്രിയിലാണ് ഞങ്ങളുടെ പ്രതിനിധി സൂര്യനിൽ ഇറങ്ങുക. അങ്ങനെ കളിയാക്കല്ലെ കേട്ടോ.

ഭൂമിയിൽ നിന്ന് നഗ്നനേത്രംകൊണ്ട് കാണുവാൻ സാധിക്കുന്ന ആറായിരം നക്ഷത്രങ്ങളിൽ ഒന്നു മാത്രമായ നമ്മുടെ സൂര്യന് ഭൂമിയുടേതിന്റെ മൂന്നുലക്ഷം ഇരട്ടി ഭാരമുണ്ട്. അവിടെനിന്ന് പ്രകാശം ഭൂമിയിൽ എത്തുവാൻ 8 മിനിറ്റ് സമയമെടുക്കും. ഈ അഗ്നിഗോളത്തെക്കുറിച്ചാണ് ഈ 'തമാശ സംഭാഷണം' എന്നും ഓർക്കുക.

2. ചോദ്യവും മറുപടിയും

രംഗം കോടതി. ഉരുളയ്ക്കുപ്പേരി എന്ന കണക്കിൽ ചോദ്യവും ഉത്തരവും പിറന്നു വീഴുന്ന കളരിയാണ് പല കോടതി മുറികളും. അത്തരത്തിൽ ഒന്നിതാ-

ന്യായാധിപൻ കൂട്ടിൽ നിൽക്കുന്ന പ്രതിയോട്:-

താങ്കളുടെ തൊഴിൽ?

പ്രതിയുടെ പ്രതികരണം:

അഭിനയം

ന്യായാധിപൻ സംശയനിവാരണത്തിനായി, കലാരംഗത്തെ തന്റെ വിജ്ഞാനം (അഭിരുചി) വിളമ്പാനുംകൂടി വീണ്ടും ചോദിച്ചു.

കൊമേഡിയൻ വേഷം ആണോ?

ഉത്തരം:

കാണികൾ ചിരിക്കുമ്പോൾ

3. ചാപ്ലിനും അപരനും

'സുന്ദരിയായ പെൺകുട്ടിയും, പൊലീസുകാരനും പാർക്കും ഉണ്ടെങ്കിൽ ഞാൻ ഒരു കോമഡി ഉണ്ടാക്കിത്തരാം' എന്ന് ആത്മവിശ്വാസത്തോടെ പരസ്യപ്രസ്താവന നടത്തിയ സിനിമാ ലോകത്തെ ജീനിയസ് ആണ് ചാർളി ചാപ്ലിൻ (1889-1977). ചാർളി ചാപ്ലിന്റെ ഏററവും മികച്ച 'അപരനെ' കണ്ടെത്തുന്ന മത്സരഹാളിലെ വേദിയിലേക്ക് സാക്ഷാൽ ചാപ്ലിൻ ചെന്നു നിന്നു. മത്സര ഫലം പുറത്തു വന്നപ്പോൾ യഥാർഥ ചാപ്ലിന് കിട്ടിയത് മൂന്നാംസ്ഥാനം. 'ക്ലോസപ്പിൽ' വീക്ഷിച്ചാൽ ജീവിതം 'ട്രാജഡി'യും 'ലോംഗ് ഷോട്ടി'ൽ ഇത് 'കോമഡി'യും ആണെന്നത് മററൊരു ചാപ്ലിൻ സൂക്തം.

ലോകപ്രശസ്ത ചലച്ചിത്രകാരൻ ചാർളി ചാപ്ലിൻ നടനും, തിരക്കഥാകൃത്തും, സംവിധായകനും നിർമാതാവും ആണ്. 60 ൽ പരം വർഷം ചലച്ചിത്ര രംഗത്തു നിറഞ്ഞു നിന്ന ഈ മഹാപ്രതിഭയെപ്പോലെ ഒരു തലമുറയ്ക്കാകെ ഇത്രയധികം ആശ്വാസവും സന്തോഷവും വിനോദവും പ്രദാനം ചെയ്ത മറ്റൊരു കലാകാരനില്ല. വണ്ണംകൂടിയ പാന്റ്സ്, ഇറുകിയ കോട്ട്, വളഞ്ഞ ചൂരൽ വടി, വട്ടത്തൊപ്പി (ഡെർബിഹാറ്റ്), വലിയ ഷൂ, ചെറിയ മീശയും. ഒരു 'തെരുവുതെണ്ടി'യുടെ ഈ വേഷത്തിൽ സ്വയം പ്രത്യക്ഷപ്പെട്ട ചാപ്ലിനെ ജനം നെഞ്ചിലേറ്റി സ്വീകരിച്ചു. നിശ്ശബ്ദ

ചലചിത്രങ്ങളുമായി വന്ന് അരങ്ങു കൈയടക്കിയ ചാപ്ലിന്റെ ആദ്യശബ്ദ ചിത്രം ഹിറ്റ്ലറെക്കുറിച്ച 'ഗ്രേറ്റ് ഡിക്റ്റേറ്റർ' (1940) ആണ്. തികഞ്ഞ ഇടതുപക്ഷ ചിന്താഗതിക്കാരനായ ചാപ്ലിൻ സ്വീകരിച്ച 'തെണ്ടി'യുടെ വേഷം ഒരു 'ബിംബം' ആയികണക്കാക്കപ്പെടുന്നു. *The Tram* (1915); *The kid* (1920), *Gold Rush* (1925); *City Lights* (1931); *Modern Times* (1936); *The great Dictator* (1940); *Lime light* (1952) തുടങ്ങിയവയാണ് ചാപ്ലിന്റെ ചില ചലച്ചിത്രങ്ങൾ (നോക്കുക: 64,149).

4. ഏക സംഖ്യ

നാല് (4) എന്ന സംഖ്യയെ ഇംഗ്ലീഷിൽ four എന്നാണല്ലൊ എഴുതുക. എഴുതുന്ന വാക്കിൽ (ഇവിടെ four) എത്ര അക്ഷരങ്ങളുണ്ടോ അത് സംഖ്യയുടെ മൂല്യം ആകുന്ന (ഇവിടെ 4) ഏക സംഖ്യയും four തന്നെ.

5. നഗ്നപാദ ഓട്ടക്കാരൻ

ഒളിംപിക്സിൽ മാരത്തോൺ ഓട്ടത്തിൽ രണ്ടുതവണ (1960, 1964) സ്വർണം നേടിയ എത്യോപ്യൻ കായിക പ്രതിഭയാണ് അബീബീ ബിക്കില (1932-1973). ഒളിംപിക്സ് സ്വർണം മാറിൽ അണിഞ്ഞ ആദ്യ ആഫ്രിക്കൻ വംശജനും ബിക്കില തന്നെ. നഗ്നപാദനായി ഓടിയതിന് അദ്ദേഹത്തിന്റെ വിശദീകരണം ഇതാ ഇങ്ങിനെ:- നിശ്ചയദാർഢ്യത്തോടും ധീരതയോടുംകൂടി എന്റെ രാജ്യം നേടിയതാണീ വിജയം എന്ന് മാലോകർ ധരിക്കണം. രണ്ടാമത്തെ മാരത്തോൺ (1964 ടോക്യോ) ഷൂസ് ധരിച്ചാണ് ബിക്കില ഓടിയത്. മാരത്തോണിൽ രണ്ടുതവണ സ്വർണം നേടിയ ആദ്യതാരം എന്ന ബഹുമതിയും അദ്ദേഹത്തിനുതന്നെ. മികച്ച കുറ്റമറ്റ ഓട്ടക്കാരനായി ബിക്കില വിലയിരുത്തപ്പെടുന്നു. കാറപകടത്തിൽപെട്ട് പൂർണമായും അദ്ദേഹം തളർന്നു (1969). മ്യൂണിക് ഒളിംപിക്സിൽ പ്രത്യേക അതിഥിയായി എത്തിയ ബിക്കില ചക്രക്കസേരയിൽ ഇരുന്ന് മാരത്തോൺ ഫൈനൽ കണ്ടു. അന്ന് സ്വർണം ലഭിച്ച അമേരിക്കൻ താരം ഫ്രാങ്ക് ഷോർട്ടർ ബിക്കിലയെ ചെന്നു കണ്ട് ഹസ്തദാനം നൽകി അനുഗ്രം തേടി.

അബീബീ ബിക്കില

'ഒളിംപിക്സ് വിജയിയായത് ദൈവനിശ്ചയമായിരുന്നു. കാർ അപകടം പിണഞ്ഞതും ദൈവനിശ്ചയമാണ്. രണ്ടും സസന്തോഷം ഞാൻ സ്വീകരിക്കുന്നു' എന്നാണ് ഇതേക്കുറിച്ചദ്ദേഹത്തിന്റെ പ്രതികരണം.

6. മറുപടി

ഗ്രീക്ക് ചിന്തകനായ അരിസ്റ്റോട്ടലിനു സമീപം ചെന്ന് ഒരാൾ എന്തൊക്കെയോ 'കത്തി' വച്ചുകൊണ്ടേ ഇരുന്നു. ഒരുപാട് സമയം ബോറടിപ്പിച്ചു എന്നു തോന്നി കുററബോധത്തോടെ ആ അപരിചിതൻ ചോദിച്ചു:

'ഞാൻ അങ്ങയെ ഇത്രയും നേരം വല്ലാതെ ബോറടിപ്പിച്ചു കൊണ്ടിരുന്നു അല്ലേ?'

'അതിന് താങ്കൾ പറഞ്ഞതൊന്നും ഞാൻ ശ്രദ്ധിച്ചതേ ഇല്ലല്ലോ' എന്നായിരുന്നു മറുപടി. മഹാനായ അലക്സാണ്ടറുടെ ഗുരുവും പ്ലാറ്റോയുടെ ശിഷ്യനും ആയിരുന്നു ഗ്രീക്ക് ചിന്തകനായ അരിസ്റ്റോട്ടൽ (ബി.സി. 384-322).

''നമുക്ക് എന്തറിയും എന്നതല്ല അവ 'എങ്ങനെ' നമുക്കറിയും എന്നതാണ് അടിസ്ഥാനപരമായ ചോദ്യം'' എന്നു പറഞ്ഞതും അദ്ദേഹമാണ്.

അരിസ്റ്റോട്ടൽ

7. ഗുണനം

111, 111, 111 എന്ന 9 അക്ക സംഖ്യയെ ഇതേ സംഖ്യകൊണ്ട് (111, 111, 111) ഗുണിച്ചാൽ കിട്ടുന്ന ഉത്തരം ഇതാ ഇങ്ങനെ അടുക്കും ചിട്ടയും ഉള്ളതാണ്.:-

12345678987654321

8. ജഡ്ജിയും അധ്യാപികയും

ട്രാഫിക് നിയമം ലംഘിക്കയാൽ പിടിക്കപ്പെട്ട് കേസുമായി കോടതിയിൽ എത്തിയ അധ്യാപികയോട് ജഡ്ജ് കൗതുകപൂർവം:

'30 വർഷത്തെ ഔദ്യോഗിക ജീവിതത്തിൽ ഒരു അധ്യാപിക ആദ്യമായാണ് എന്റെ മുൻപിൽ ശിക്ഷയ്ക്കായി കാത്തുനിൽക്കുന്നത്'. ജഡ്ജ് സൗമ്യഭാവത്തിൽ തുടർന്നു.

"ടീച്ചർ. അതാ ആ കസേരയിൽ ഇരിക്കൂ. മുന്നിലെ മേശപ്പുറത്ത്

വെച്ചിരിക്കുന്ന വെള്ളക്കടലാസിൽ ഞാൻ ഇനിപറയുന്നത് 500 തവണ എഴുതു...."

'ചുവന്ന സിഗ്നൽ വകവെക്കാതെ സ്കൂട്ടർ മുന്നോട്ടോടിച്ച എന്റെ കൃത്യം തെറ്റാണ്. ഇനി ഞാനിത് ആവർത്തിക്കില്ല ഉറപ്പ്'.

വിദ്യാർഥി ജീവിതത്തിൽ 'ഇമ്പോസിഷൻ' എഴുതി കൈവിരലുകൾ കഴച്ചതിന്റെ പ്രതികാരം മധുരമായി വീട്ടിയതിന്റെ മൂഡിൽ ആയി നമ്മുടെ ജഡ്ജി.

9. അമ്മയുടെ വിതുമ്പൽ

സ്കോട്ട്ലണ്ടിലെ പ്രശസ്തകവിയായിരുന്നു റോബർട്ട് ബേൺസ് (Robert Burns 1759 - 1796). 37-ാം വയസിൽ ദാരിദ്ര്യത്തിന്റെ പടുകുഴിയിൽ പെട്ടു ഈ ദേശീയ കവി മരിച്ചു. മരണാനന്തര ബഹുമതിയായി ആരാധകർ കവിയുടെ ഒരു പ്രതിമ കല്ലിൽ പണിയിപ്പിച്ചു സ്ഥാപിച്ചു. ആരാധകരുടെ ഈ ആവേശം കണ്ട് അദ്ദേഹത്തിന്റെ അമ്മ വേദനയോടെ ഇങ്ങനെ വിതുമ്പിയത്രെ:

റോബർട്ട് ബേൺസ്

"മോനേ നീ ആവശ്യപ്പെട്ടത് ഭക്ഷണമായിരുന്നു.
അവർ തന്നതാകട്ടെ കല്ലും".

10. സ്വർഗം, നരകം

ഫ്രഞ്ച് എഴുത്തുകാരനും, കലാകാരനും, സിനിമ സംവിധായകനും ആയ കോക്ടെ (Jean Cocteau 1889 - 1963) യോട് അദ്ദേഹത്തിന്റെ ഒരു ആരാധകൻ 'ഭാഗ്യം' എന്ന പ്രയോഗത്തിൽ (വാക്കിൽ) താങ്കൾക്കു വിശ്വാസമുണ്ടോ എന്നു ചോദിച്ചു:

ഉത്തരം: തീർച്ചയായും. നിങ്ങൾ ഇഷ്ടപ്പെടാത്തവരുടെ 'വിജയ'ത്തെ മറ്റേതു പദപ്രയോഗത്താൽ താങ്കൾക്ക് വിവരിക്കുവാൻ പററും?

പലമണ്ഡലങ്ങളിലും തന്റെ വ്യക്തിമുദ്ര പതിപ്പിച്ച കോക്ടെ, അടിസ്ഥാനപരമായി താൻ ഒരു കവി ആണെന്ന് പറഞ്ഞു, വിശ്വസിച്ചു.

കോക്ടെ

മറ്റൊരവസരത്തിൽ സ്വർഗം, നരകം എന്നീ വിഷയത്തെക്കുറിച്ച് കോക്ടെയുടെ അഭിപ്രായം ആരാഞ്ഞപ്പോൾ പിടികൊടുക്കപ്പെടാത്ത ഉത്തരമാണ് അവർക്ക് ലഭിച്ചത് ഇതാ ഇങ്ങനെ:

'ഈ രണ്ടിടത്തും എനിക്കു സുഹൃത്തുക്കൾ ഉണ്ടാകയാൽ ഈ ചോദ്യത്തിനുത്തരം പ്രതീക്ഷിക്കരുതേ. ക്ഷമിക്കണം.'

11. പ്രതിമ, നേതാവ്

വിശാലമായ ഈ ദുനിയാവിൽ പണ്ടെന്നോ (ഇപ്പോഴും ആകാം) ജനസമ്മതനും സർവരാലും ആരാധിക്കപ്പെടുകയും ചെയ്ത ഒരു ഭരണാധികാരി (നാളും പേരും കുറിക്കാത്തത് ഇവിടെ അത്തരം വെളിപ്പെടുത്തലുകൾ അസ്ഥാനത്താകയാൽ ആണ്) ഉണ്ടായിരുന്നു. അദ്ദേഹം മരിക്കാറായപ്പോൾ ജനം ഒട്ടേറെ ആലോചനകൾക്ക് ശേഷം ഭരണാധികാരിയുടെ ഇംഗിതമറിയുവാൻ ഒരു ചോദ്യം:

'ഞങ്ങളുടെ നന്ദിയും ആദരവും കാണിക്കുവാൻ അങ്ങയുടെ ഒരു പ്രതിമ സ്ഥാപിക്കുവാൻ ഞങ്ങൾ ആഗ്രഹിക്കുന്നു. ദയവായി അതിനു സമ്മതം നൽകണം'.

ഉത്തരം: 'വേണ്ട'. ജനപ്രിയ നേതാവ് ഇത്രയുംകൂടി കൂട്ടിച്ചേർത്തു. അരുത്. പ്രതിമ നോക്കി എന്തുകൊണ്ട് ഈ പ്രതിമ ഉയർന്നു എന്നു ജനം ചോദിക്കുന്നതിനേക്കാൾ എനിക്കിഷ്ടം പ്രതിമ പണിയാതിരുന്നത് എന്തുകൊണ്ട് എന്നു ജനം ചോദിച്ചുകൊണ്ടേ ഇരിക്കുന്നതാണ്'.

അടിക്കുറിപ്പ്:

അത്തരമൊരു നേതാവിനായുള്ള അന്വേഷണത്തിലാണ് ജനം ഇന്നും.

എം.ടി.യുടെ *മഞ്ഞി*ലെ ഒരു വരി കടമെടുത്താൽ അത്തരമൊരു ജനപ്രിയൻ 'വരും. വരാതിരിക്കില്ല'.

12. ഒരെണ്ണംമാത്രം

1 മുതൽ 999 വരെയുള്ള സംഖ്യകൾ ഇംഗ്ലീഷിൽ (one, two, ... എന്നിങ്ങനെ) എഴുതുമ്പോൾ A വരുന്ന ഒരു വാക്കും ഇല്ല. എന്നാൽ 1000 ത്തെ ഇംഗ്ലീഷീകരിച്ചാൽ കിട്ടുന്ന one thousand ൽ ഒരു A ഉണ്ടുതാനും. വിശ്വസിക്കാൻ പ്രയാസമാണോ? ശ്രമിച്ചു നോക്കി തൃപ്തിപ്പെടൂ.

13. നടന്റെ ഉപദേശം

അമേരിക്കൻ ചലച്ചിത്ര നടനും സംവിധായകനും ആണ് ഫോണ്ട (Henry Fonda 1905–1982). 'യുവനടന്മാർ ശ്രദ്ധിക്കേണ്ടത് എന്ത്' എന്നു

ഒരു ആരാധകൻ ഒരിക്കൽ അദ്ദേഹത്തോട് ചോദിച്ചപ്പോൾ

"എങ്ങനെ പഴയ നടൻ ആകാൻ പറ്റും എന്ന് ഗൗരവമായി ചിന്തിച്ച് അതിന്നായി ശ്രമിക്കുക" എന്നതായിരുന്നു സരളമായ കുസൃതിയുത്തരം.

ഹെൻട്രി ഫോണ്ട

14. ഫലിതവും മരണവും

ഫ്രഞ്ച് ദാർശനികനും എഴുത്തുകാരനും ഫലിത ചതുരനും ആയ വോൾട്ടയർ (1694 - 1778) സമൂഹത്തിലെ ഒരു ശ്രേഷ്ഠ വ്യക്തിയുടെ ശവസംസ്കാര ചടങ്ങിൽ മരണപ്പെട്ട വ്യക്തിയെ കുറിച്ച് ഇങ്ങിനെ വിലയിരുത്തി:

വോൾട്ടയർ

"തികഞ്ഞ രാജ്യസ്നേഹി, മനുഷ്യസ്നേഹി, മികച്ച സുഹൃത്ത് ഒക്കെയാണിദ്ദേഹം. ശബ്ദം കുറച്ച് *വളരെ വളരെ പതുക്കെ* 'അദ്ദേഹം മരിച്ചിരിക്കുന്നു എന്ന് തീർത്തും ഉറപ്പുണ്ട് എങ്കിൽ' എന്നുംകൂട്ടിച്ചേർത്തു".

നൽകുന്ന ഉത്തരങ്ങളേക്കാൾ ചോദിക്കുന്ന ചോദ്യങ്ങൾ കണക്കിലെടുത്താകണം ഒരാളെ വിലയിരുത്തേണ്ടത് എന്നു പറഞ്ഞ വോൾട്ടയർ "ചിരിക്കുവാൻ ഭയക്കുന്ന കാണികളുടെ മുന്നിൽ അഭിനയിക്കുന്ന ഹാസ്യനടനാണ് ദൈവം" എന്നും വിലയിരുത്തി.

15. ബാലനായ എർഡോസ്

ജീവിതം ഗണിതശാസ്ത്രത്തിന്നായി സമർപ്പിച്ച ഈ നൂറ്റാണ്ടിലെ ഏററവും പ്രശസ്ത ഗണിതജ്ഞനായിരുന്നു ഹംഗറിക്കാരനായ പോൾ എർഡോസ് (1913 - 1996). അവിവാഹിതനും കുടുംബവും മക്കളും സ്വന്തമായ വീടും തൊഴിലും വിലാസവും ഒന്നും ഇല്ലാത്ത അത്യപൂർവ സ്വഭാവങ്ങളുടെ ഉടമയായിരുന്നു ആ വ്യക്തിത്വം. ലോകത്തെല്ലായിടത്തും സുഹൃത്തുക്കൾ ഉള്ള എർഡോസ് തന്റെ ഏക സമ്പാദ്യമായ കീറിപ്പൊളിഞ്ഞ രണ്ടു സഞ്ചികളുമായി ഒരു മുന്നറിയിപ്പുപോലും കൊടുക്കാതെ അത്ഭുതപ്പെടുത്തിക്കൊണ്ട് സുഹൃത്തുക്കളുടെ മുന്നിൽ പ്രത്യക്ഷപ്പെടും. ഗണിതം ചർച്ച ചെയ്യും. കുട്ടിക്കാലത്തുതന്നെ ഈ

സ്വഭാവരീതി ദർശിക്കാമായിരുന്നു.

മൂന്നു വയസ്സ് പ്രായമുള്ളപ്പോൾത്തന്നെ എർഡോസ് മൂന്നക്ക സംഖ്യകൾ പരസ്പരം ഗുണിച്ച നിമിഷനേരംകൊണ്ട് ശരിയുത്തരം വിളിച്ചു പറഞ്ഞിരുന്നുവത്രെ! ഒരാളെ ആദ്യമായി കണ്ടാൽ ഈ ബാലൻ അവരുടെ പ്രായം ചോദിച്ചു മനസിലാക്കി എത്ര സെക്കന്റ് അയാൾ ഈ ലോകത്ത് ജീവിച്ചിരുന്നു എന്നു പറഞ്ഞ് അവരെ വിസ്മയം കൊള്ളിച്ചിരുന്നുവത്രെ. വളർന്നു തുടങ്ങിയതോടെ ഈ ഗണിതാഭിരുചി ക്രമാതീതമായി വളർന്ന് അത് ഗണിതാവേശമായി മാറി (നോക്കുക: 47, 52).

പോൾ എർഡോസ്

16. ഒരു ചർച്ചിൽ തമാശ

എഴുപത്തെട്ടു വയസ്സായ വിൻസ്റ്റൺ ചർച്ചിൽ (1874 - 1965) ഒരു പാർക്കിൽ വെറുതെ ഇരിക്കുകയായിരുന്നു. പാന്റ്സിന്റെ ബട്ടൺ അഴിഞ്ഞിരിക്കുന്നതുകണ്ട് അടുത്തിരുന്നിരുന്ന അദ്ദേഹത്തിന്റെ സഹായി അക്കാര്യം ഒരു തുണ്ടു കടലാസിൽ കുറിച്ച് സ്വകാര്യമായി ആ തുണ്ട് കടലാസ് മററാരും കാണാതെ ചർച്ചിലിനെ സവിനയം ഏൽപ്പിച്ചു. ആ കുറിപ്പ് വായിച്ച ശേഷം അതേ തുണ്ടിൽ 'പേടിക്കണ്ട. ചത്ത പക്ഷികൾ കൂട്ടിൽനിന്നു വെളിയിൽ പറന്നുയരില്ല' എന്ന മറുകുറി എഴുതി തിരിച്ചേൽപ്പിച്ചു.

വിൻസ്റ്റൺ ചർച്ചിൽ

രാഷ്ട്രതന്ത്രജ്ഞനും പ്രധാനമന്ത്രിയും വാഗ്മിയും ഗ്രന്ഥകർത്താവും കലാസ്വാദകനും സാഹിത്യത്തിനുള്ള നോബൽ സമ്മാന ജേതാവും (1953 ൽ) ഒക്കെയായിരുന്ന ചർച്ചിൽ സരസൻകൂടിയായിരുന്നു. ഗാന്ധിജിയെ 'അർധനഗ്നനായ ഫക്കീർ' എന്നു വിശേഷിപ്പിച്ചതും ചർച്ചിൽ തന്നെ (നോക്കുക: 40, 44, 88, 89).

17. ഷായും ചെസ്റ്റർട്ടനും

ഇംഗ്ലീഷ് എഴുത്തുകാരനായ ജി കെ ചെസ്റ്റർട്ടനും (1874 - 1936) ജോർജ് ബർണാർഡ് ഷാ (1856 - 1950)യും തമ്മിലുള്ള സംവാദത്തിന്റെ ഒരു ഭാഗം നോക്കൂ. മെലിഞ്ഞു നീണ്ടതാണ് ഷായുടെ ശരീരം. ചെസ്റ്റർട്ടൻ തടിയനും കുള്ളനും എന്നൊരു ആകൃതിപരമായ വൈരുധ്യം ഉള്ളതും ഇവിടെ ഓർക്കുക:

ചെസ്റ്റർട്ടൺ: താങ്കളെ കണ്ടപ്പോൾ നാട്ടിൽ പട്ടിണി ഉണ്ട് എന്നെനിക്ക് ബോധ്യമായി.

ഷാ: അതിന്റെ കാരണവും എനിക്ക് പിടികിട്ടി.

മറ്റൊരവസരം

ഷാ: താങ്കളുടെ അത്ര ശരീരഭാരം എനിക്കുണ്ടായാൽ ഞാൻ കെട്ടിത്തൂങ്ങി ചാകുമായിരുന്നു.

ചെസ്റ്റർട്ടൺ: കെട്ടിത്തൂങ്ങി ചാകേണ്ട ഗതികേട് എനിക്കുണ്ടായാൽ, അതിനുള്ള കയർ ആയി ഞാൻ താങ്കളെ തെരഞ്ഞെടുക്കും! (നോക്കുക: 69, 107).

ജോർജ് ബർണാർഡ് ഷാ

18. രണ്ടിനം ഗണിതജ്ഞർ

ഗണിതജ്ഞർ പ്രധാനമായും രണ്ടുതരമാണ്.

(i) നിങ്ങളോട് സംസാരിക്കുമ്പോൾ 'കക്ഷി' നിങ്ങളുടെ ഷൂസിൽ (ചെരിപ്പിൽ) നോക്കുന്ന ഒന്നാമത്തെ ഇനം. ഇവരാണ് 'ഗണിത ബഹിർമുഖികൾ.'

(ii) നിങ്ങളോടു സംസാരിക്കുമ്പോൾ 'കക്ഷി' അദ്ദേഹത്തിന്റെ തന്നെ ഷൂസിൽ (കാലിൽ) നോക്കുന്ന രണ്ടാമത്തെ ഇനം. ഇവരാണ് 'ഗണിത അന്തർമുഖികൾ.'

19. വിലയും മൂല്യവും

പ്രഥമദൃഷ്ട്യാ ഒരേ അർഥം വരുന്ന രണ്ടുവാക്കുകളാണ് വില (price), മൂല്യം (value) എന്നിവ. ഈ വാക്കുകൾ കോർത്തിണക്കി ഓസ്കാർ വൈൽഡ് (1854 - 1900) രൂപം കൊടുത്ത വ്യംഗ്യാർഥമുള്ള നിർവചനം ഇങ്ങിനെ:

എല്ലാറ്റിന്റെയും വില അറിയുന്നവനും എന്നാൽ ഒന്നിന്റെയും മൂല്യം അറിയാത്തവനും ആണ് യഥാർഥ ദോഷൈക ദൃക് (സിനിക്).

ജീവിതകാലത്ത് പ്രശസ്തനായിരുന്ന നാടകകൃത്തും കവിയും കഥാകൃത്തും ആയിരുന്നു ഈ അയർലണ്ടുകാരൻ. 'നാഗരികത' എന്ന ഇട

ത്താവളമില്ലാതെ 'പ്രാകൃതാവസ്ഥ' യിൽ നിന്ന് 'അധോഗതി'യിലേക്ക് കൂപ്പുകുത്തിവീണ ഏക രാജ്യമാണ് അമേരിക്ക എന്നത് വൈൽഡിന്റെ മറ്റൊരു നിരീക്ഷണമാണ്.

ഓസ്കാർ വൈൽഡ്

20. സ്ത്രീ ശക്തി

പണ്ടു പണ്ടു നടന്ന ഒരു സംഭവം. കേരള നാട്ടിൽ മലകളും കരിമ്പനക്കൂട്ടങ്ങളും പാറക്കൂട്ടവും ചുടല ഭഗവതിയും (പ്രേതപിശാചുകൾ) ഒക്കെ ഉണ്ടായിരുന്ന കാലം. മൂന്നു വള്ളുവനാടൻ സുഹൃത്തുക്കൾ നട്ടുച്ചയ്ക്ക് കരിമ്പനക്കൂട്ടങ്ങളുടെ ഇടയ്ക്കുള്ള പാറക്കൂട്ടത്തിൽ ഇരുന്ന് 'സൊറ' തുടങ്ങി. കാര്യമായ മറ്റുപണികൾ ഒന്നും ഇല്ലാത്തതിനാൽ. അന്നേരം കരിമ്പന പട്ടകളിൽ ഭീകരശബ്ദം പുറപ്പെടുവിച്ച് കേളികൊട്ടോടെ അതാ വരുന്നു ചുടല ഭഗവതി എന്ന പ്രേതം.

മൂന്നുപേരോടുമായി ചുടല ഭഗവതി ഇങ്ങനെ മൊഴിഞ്ഞു: ഓരോരുത്തർക്കും ഉള്ള ഓരോ മോഹം ഞാൻ നിറവേറ്റിത്തരാം. ചോദിച്ചോളൂ .

ഒന്നാമൻ : എനിക്ക് ഇപ്പോൾ ഉള്ളതിന്റെ പത്തിരട്ടി കരുത്തുണ്ടാക്കിത്തരണം.

ഭഗവതി : ശരി. നിനക്കതുണ്ടായിക്കഴിഞ്ഞിരിക്കുന്നു.

രണ്ടാമൻ : എനിക്ക് ഇപ്പോൾ ഉള്ളതിന്റെ നൂറിരട്ടി കരുത്ത് ഉണ്ടാക്കിത്തരണം.

ഭഗവതി : ശരി. നിനക്കതുണ്ടായിക്കഴിഞ്ഞിരിക്കുന്നു.

മൂന്നാമൻ : എനിക്ക് ഇപ്പോൾ ഉള്ളതിന്റെ ആയിരം ഇരട്ടി കരുത്ത് ഉണ്ടാക്കിത്തരണം.

ഭഗവതി:- ശരി. നീ ഒരു സ്ത്രീ ആയിക്കഴിഞ്ഞിരിക്കുന്നു.

ചുടല ഭഗവതി അതിവേഗം അപ്രത്യക്ഷയായി. മൂവർസംഘം മോഹപ്രാപ്തിയിൽ സന്തോഷിച്ച് പാറപ്പുറത്തുതന്നെ ഇരുന്നു. മുന്നാമൻ താൻ 'ശരിക്കും' ഒരു സ്ത്രീ ആയോ എന്ന് സ്വന്തം ശരീരഭാഗങ്ങൾ തൊട്ടുനോക്കി ബോധ്യപ്പെടുവാൻ ശ്രമിച്ചു എന്നത് ബാക്കി പത്രം!

21. ഒരു വിശദീകരണം

ഭൗതികശാസ്ത്രത്തിനുള്ള 1921 ലെ നോബൽ ബഹുമതി ലഭിച്ച ആൽബർട്ട് ഐൻസ്റ്റിനോട് (1879-1955) 'ആപേക്ഷികതാ സിദ്ധാന്തം' എന്തെന്ന് പറഞ്ഞു തരാമോ എന്ന് ഒരു സാധാരണക്കാരൻ ചോദിച്ചു. ഉത്തരം ഇപ്രകാരമായിരുന്നു:

ആൽബർട്ട് ഐൻസ്റ്റീൻ

"നിങ്ങളുടെ വിരൽ ചുട്ടു പൊള്ളുന്ന തീക്കട്ടയിൽ വെച്ച് പെട്ടെന്ന് മാററി നോക്കൂ! ഒരു മണിക്കൂർ നേരമായി നിങ്ങൾ കനലിൽ വിരൽ വെച്ചുകൊണ്ടേയിരിക്കുന്നു എന്ന് അപ്പോൾ തോന്നും. അതേസമയം ഒരു അതിസുന്ദരിയുടെ സമീപത്തിരുന്ന് സൊള്ളിക്കൊണ്ടിരിക്കുകയാണ് നിങ്ങൾ എങ്കിൽ ഒരു മണിക്കൂർ പിന്നിട്ടാലും ഒരു മിനിട്ട് സമയമേ ആയിട്ടുള്ളൂ എന്നു തോന്നും. ഇതാണ് ആപേക്ഷികതാ സിദ്ധാന്തത്തിന്റെ പൊരുൾ".

ആപേക്ഷികതാ സിദ്ധാന്തവുമായുള്ള പഠനങ്ങൾക്കല്ല ഫോട്ടോ-ഇലക്ട്രിക് ഇഫക്ടിനെക്കുറിച്ച ഗവേഷണത്തിനായിരുന്നു സ്വീഡിഷ് അക്കാദമിയുടെ നോബൽ സമ്മാനം അദ്ദേഹത്തിന് ലഭിച്ചത് (1921 ൽ) എന്നും ഓർക്കുക. (നോക്കുക: 29, 55, 64, 98, 109),

22. ഓട്ടക്കാരൻ ചീറ്റയും അക്ബർ ചക്രവർത്തിയും

കരയിലെ ഏററവും വേഗതകൂടിയ മൃഗം ചീറ്റ (Cheetah) യാണ്. 2-3 സെക്കന്റുകൾകൊണ്ട് ഇവയ്ക്ക് മണിക്കൂറിൽ 100 കി മീ വേഗത കൈവരിക്കുവാൻ പററും. പൂച്ചയുടെ കുടുംബത്തിൽപ്പെടുന്ന ഇവ വംശനാശ ഭീഷണി നേരിടുന്നു. അതീവ നാണം കുണുങ്ങിയായ ജീവികൂടിയാണിവ. ചീറ്റയുടെ രോമം ഉപയോഗിച്ച കുപ്പായം രാജസദസ്സുകളിൽ പദവിയുടെ മാനദണ്ഡമായിരുന്നു. 10-20 വർഷം ആണ് ഒരു

വളർത്തുചീറ്റയുടെ ശരാശരി ആയുസ്സ്. മഹാനായ അക്ബർ ചക്രവർത്തി (1542-1605) ആയിരത്തോളം ചീറ്റകളെ വളർത്തിയിരുന്നുവത്രെ!

23. ചിത്രകാരൻ

പ്രശസ്ത അമേരിക്കൻ ചിത്രകാരനും കലാകാരനും ആയിരുന്നു സമൂവൽ മോഴ്സ് (Samuel Morse 1791 - 1872). അമേരിക്കൻ സർവകലാശാലകളിൽ ചിത്രരചനയുടെ പ്രൊഫസർ ആയിരുന്ന ഇദ്ദേഹം ഛായാചിത്രകാരൻ എന്ന നിലയിൽ ഖ്യാതിനേടിയിരുന്നു. പക്ഷേ 1872 ൽ കണ്ടുപിടിച്ച കമ്പിയില്ലാ കമ്പിയുമായി ബന്ധപ്പെട്ടാണ് (മോഴ്സ് കോഡ്)കൂടുതൽ പ്രശസ്തൻ ആയത്.

24. ആദ്യ ദിവസം

ഇരുപതാം നൂറ്റാണ്ടിന്റെ ആദ്യദിവസം 1901 ജനുവരി 1 ആണ്. 1900 ജനുവരി 1 അല്ല.

25. ഗണിതം, നോബൽ സമ്മാനം

ഗണിത ശാസ്ത്രവിഷയത്തിൽ നോബൽ സമ്മാനം നൽകാറില്ല. 1950 ൽ സാഹിത്യത്തിനുള്ള നോബൽ സമ്മാനം ലഭിച്ച ബർട്രാന്റ് റസ്സൽ (1872 - 1970), 1954 ൽ ഭൗതികത്തിനുള്ള നോബൽ സമ്മാനം ലഭിച്ച ബോൺ (Max Born 1882 - 1970) ഇവർ ഗണിത ശാസ്ത്രത്തിലെ അതുല്യ പ്രതിഭകളായിരുന്നു എന്നത് മറ്റൊരു യാഥാർത്ഥ്യം. 1901 മുതൽ നൽകിവരുന്നതാണ് നോബൽ പുരസ്കാരം. ഭൗതികം, രസതന്ത്രം, ഫിസിയോളജി അല്ലെങ്കിൽ വൈദ്യശാസ്ത്രം, സമാധാനം, സാഹിത്യം എന്നീ 5 മേഖലകളാണ് ഈ അവാർഡിന് ആദ്യം പരിഗണിച്ചിരുന്നത്. 1968-ൽ സാമ്പത്തിക ശാസ്ത്രവും ഉൾപ്പെടുത്തി.

26. ശമ്പളം

ശമ്പളം എന്നതിന്റെ ഇംഗ്ലീഷ് പദമാണ് 'Salary'. റോമിൽ ഭടന്മാർക്ക് 'ഉപ്പ്' വാങ്ങുവാൻ കൊടുക്കുന്ന പൈസയായ 'Salarium' എന്നതിൽ നിന്നാണ് Salary എന്ന പദം ഉത്ഭവിച്ചത്.

27. കാടൻപൂച്ച

കറുത്ത കാടൻപൂച്ച ഒരു എലി ദൃഷ്ടിയിൽപ്പെട്ടപ്പോൾ 'നല്ലൊരു ഭക്ഷണം' തരായല്ലോ എന്നോർത്ത് സന്തോഷിച്ചു. ഒട്ടും കാത്തുനിൽക്കാതെ ഇരയെ പിടിക്കാൻ ചാടി. എലി ഓടി. നെട്ടോട്ടം. പിന്നാലെ കാടൻപൂച്ചയും. ശാരീരികമായ സൗകര്യവും തഞ്ചവുംകൊണ്ട് എലി ഒളിപ്പോരാളിയെപ്പോലെ ജീവൻ മരണപാച്ചിൽ. അവസാനം രക്ഷപ്പെട്ടു. ക്ഷീണിതനും ഇളിഭ്യനും ആയ കാടൻ പൂച്ച മനസ്സമാധാനത്തിന്നായി.

'.... ജീവൻ നിലനിർത്തുവാനുള്ള നെട്ടോട്ടത്തിൽ എലി ഒരു നേരത്തെ ഭക്ഷണത്തിനായുള്ള എന്റെ ശ്രമത്തെ ഇതാ ഇവിടെ പരാജയപ്പെടുത്തിയിരിക്കുന്നു ....' എന്നു പിറുപിറുത്തുവത്രെ!

28. റൊബോടിക്സ്

റഷ്യൻ വംശജനായ അമേരിക്കൻ ഗ്രന്ഥകർത്താവാണ് ഐസക് അസിമോവ് (1920 –1992). വിവിധ വിഷയങ്ങളിൽ 500 ൽ പരം പുസ്തകങ്ങൾ രചിച്ചു. ബയോകെമിസ്ട്രിയിൽ പി എച്ച് ഡിയുള്ള അസിമോവ് ഈ നൂറ്റാണ്ടിലെ മുൻനിര ശാസ്ത്രസാഹിത്യകാരനാണ്. അറിവിന്റെ ഒട്ടനവധി മേഖലകളിലെ വ്യത്യസ്തവിഷയങ്ങളെ ആസ്പദമാക്കി പോപ്പുലർ സയൻസ് ഗ്രന്ഥങ്ങൾ രചിച്ചു. 'റൊബോടിക്സ്' (robotics) എന്ന പദം സൃഷ്ടിച്ച അസിമോവ് എഴുത്തുകാരൻ എന്നതിനു പുറമേ പ്രസംഗകനും അധ്യാപകനും ടിവി അവതാരകനും മറ്റുമായിരുന്നു. ശാസ്ത്രകഥകൾ (Science fiction), ജനകീയശാസ്ത്രം (പോപ്പുലർ സയൻസ്) ഇവയാണ് അദ്ദേഹത്തിന്റെ രചനയുടെ മുഖ്യമേഖലകൾ. മനുഷ്യസ്നേഹിയും യുക്തിവാദിയുംകൂടി ആയിരുന്നു ഈ പ്രതിഭ.

29. ഐൻസ്റ്റീനും ശിഷ്യനും

ആൽബർട്ട് ഐൻസ്റ്റിനെ കാണാൻ വന്ന അദ്ദേഹത്തിന്റെ ശിഷ്യൻ പരീക്ഷയെക്കുറിച്ച് ആശ്വാസത്തോടെ ഇപ്രകാരം പറഞ്ഞു:

"ഇത്തവണ ചോദ്യങ്ങൾ കഴിഞ്ഞ വർഷത്തേതു തന്നെയായിരുന്നു."

ഐൻസ്റ്റിന്റെ മറുപടി അപ്രതീക്ഷിതമായിരുന്നു.

"ഇക്കൊല്ലം ഉത്തരങ്ങൾ എല്ലാം വ്യത്യസ്തങ്ങൾ ആണ് എന്നും ശ്രദ്ധിക്കുക."

ഐൻസ്റ്റിന്റെ മററു രണ്ട് മൊഴിമുത്തുകൾ ഇതാ:

"പാണ്ഡിത്യത്തേക്കാൾ പ്രധാനമാണ് ഭാവന"; "പ്രപഞ്ചം, മനുഷ്യന്റെ മണ്ടത്തരം ഇവ രണ്ടും മാത്രമാണ് അനന്തമായുള്ളത്. ഇതിൽ ആദ്യത്തേതിനെക്കുറിച്ച് ഞാൻ തികച്ചും അജ്ഞനാണ്". (നോക്കുക: 21, 64, 98, 109).

30. അലൻ ട്യൂറിങ്

അലൻ ട്യൂറിങ്ങ്

ആധുനിക കംപ്യൂട്ടർ ശാസ്ത്രത്തിന്റെ പിതാവായി അറിയപ്പെടുന്ന ഇംഗ്ലീഷ് ഗണിതജ്ഞനാണ് അലൻ ട്യൂറിങ് (1912 - 1954). താർക്കികം (ലോജിക്), ഗൂഢാക്ഷര ലേഖനം (ക്രിപ്റ്റോഗ്രാഫി) ഇവയിലും അതീവ തൽപ്പരനായിരുന്നു ട്യൂറിങ്. കൃത്രിമബുദ്ധി (AI) എന്ന ആശയത്തിന്റെ പ്രയോക്താവാണിദ്ദേഹം. കംപ്യൂട്ടിങ് മേഖലയിലെ പ്രശസ്ത പഠനത്തിന് വർഷം തോറും നൽകിവരുന്ന (1966 മുതൽ) 'ട്യൂറിങ് അവാർഡ്' ഈ രംഗത്തെ നോബൽ സമ്മാനമായിട്ടാണ് അറിയപ്പെടുന്നത്. ട്യൂറിങ്ങിന്റെ പിതാവ് ഇന്ത്യൻ സർക്കാർ ജീവനക്കാരനായിരുന്നു. ജനനം ഒറീസ്സയിലായിരുന്നു. അടുക്കും ചിട്ടയും ഇല്ലാതുള്ള ജീവിത രീതിയായിരുന്നു അദ്ദേഹത്തിന്റേത്. മരണം ആത്മഹത്യയായിരുന്നു എന്നും കരുതുന്നു.

31. നാൽപ്പത്

forty (40) എന്ന സംഖ്യ മാത്രമാണ് എഴുതുമ്പോൾ അകാരാദിക്രമത്തിൽ (ഇംഗ്ലീഷ് അക്ഷരമാലയിൽ) വരുന്ന ഏക സംഖ്യ.

32. നീളൻ പദം

ഒരു പഴയ തമാശ പ്രകാരം smiles ആണ് ഇംഗ്ലീഷ് ഭാഷയിലെ ഏററവും നീളം കൂടിയ പദം. രണ്ട് s കൾക്കിടയ്ക്ക് ഒരു mile ദൈർഘ്യമുണ്ട് എന്നതാണ് ഇതിനായുള്ള വാദം.

സി വി രാമൻ

33. മദ്യപ്രതിഭാസം

ഭൗതികത്തിൽ നോബൽ സമ്മാനം ലഭിച്ച (1930 ൽ) ഭാരതീയ ശാസ്ത്രജ്ഞനാണ് ചന്ദ്രശേഖര വെങ്കിടരാമൻ എന്ന സി വി രാമൻ (1888-1970). 'രാമൻ പ്രഭാവം' എന്ന പേരിൽ പ്രകാശത്തിന്റെ ചിതറലിനെക്കുറിച്ച് അദ്ദേഹത്തിന്റെ ഗവേഷണഫലം അറിയപ്പെടുന്നു (1928 ൽ കണ്ടുപിടിച്ചത്). അദ്ദേഹത്തിന്റെ ഓർമയ്ക്കായി എല്ലാവർഷവും

ഫെബ്രുവരി 28 'ദേശീയ ശാസ്ത്രദിനം' ആയി ഭാരതത്തിൽ ആചരിക്കുന്നു. നോബൽ സമ്മാനദാനചടങ്ങുമായി ബന്ധപ്പെട്ട സൽക്കാരത്തിൽ മദ്യം വിളമ്പിയ അവസരത്തിൽ തികച്ചും ഒരു മദ്യവിരോധിയായിരുന്ന രാമന്റെ പ്രതികരണം ഇങ്ങനയായിരുന്നു: "മദ്യത്തിലെ (ആൽക്കഹോൾ) 'രാമൻ പ്രതിഭാസം' നിങ്ങൾ കണ്ടു, മനസിലാക്കി. രാമനിലെ 'ആൽക്കഹോൾ പ്രതിഭാസം' പരീക്ഷിക്കുവാൻ ശ്രമിക്കല്ലേ".

34. ടിപ്

ഭക്ഷണ ശാലകളിലും മറ്റും നാം 'ടിപ്' (tip) കൊടുക്കാറുണ്ടല്ലൊ. To Insure promptness (താമസംകൂടാതെ) എന്നതിന്റെ കുറുരൂപമാണ് TIP. 'Insure' എന്നതിനു പകരം വ്യാകരണപരമായി ശരി 'Ensure' ആണത്രെ! 17-ാം നൂറ്റാണ്ടിൽ തന്നെ ഈ സമ്പ്രദായം നടപ്പിലുണ്ടായിരുന്നു. നിയമപരമായി ഈ സമ്പ്രദായത്തിന് സാധുതയില്ല. കാലവും ദേശവും അനുസരിച്ച് മാറ്റവുമുണ്ട്. ഓരോ സംസ്കാരവുമായി ബന്ധപ്പെട്ട് മാറ്റങ്ങൾക്കും ഏറ്റക്കുറച്ചിലുകൾക്കും വിധേയമയ ഈ രീതി, മര്യാദയും കീഴ്‌വഴക്കവും ആയും വ്യാഖ്യാനിക്കപ്പെടാറുമുണ്ട്.

35. ജീപ്

ഇന്ന് ഉപയോഗത്തിലുള്ള വാഹനമായ ജീപ് (Jeep-) അമേരിക്കൻ സൈന്യത്തിൽ ഉപയോഗിച്ചിരുന്നു. പിന്നീട് പൊതു ആവശ്യങ്ങൾക്കായുള്ള (General purpose or Government purpose) ഉപയോഗത്തിലും സ്ഥാനം പിടിച്ചു. GP യിൽ (General purpose) നിന്നാണ് Jeep എന്ന വാക്ക് പ്രയോഗത്തിൽ വന്നത് എന്നു കരുതുന്നു.

36. ഓട്ടക്കാരൻ ഡോക്ടർ

ഒരു നാഴിക ദൂരം 4 മിനിറ്റിൽ കുറഞ്ഞ സമയം കൊണ്ട് ഓടി മുഴുമിപ്പിച്ച കായികതാരമാണ് സർ റോജർ ബാനിസ്റ്റർ (1929-). മികച്ച ന്യൂറോളജിസ്റ്റ് കൂടിയായിരുന്നു ഈ ഇംഗ്ലീഷുകാരൻ. 1954 മെയ് 6 നാണ് അദ്ദേഹം ഈ ചരിത്രനേട്ടം കൈവരിച്ചത്. ദീർഘദൂര ഓട്ടം തനിമുഷിപ്പൻ ഏർപ്പാടാണെന്നു പറഞ്ഞ അദ്ദേഹത്തിന് ഏററവും പ്രിയം 'ഒരു മൈൽ' ഓട്ടം ആണത്രെ!

സർ റോജർ ബാനിസ്റ്റർ

37. പൂർണപേര്

ഇരുപതാം നൂറ്റാണ്ടിലെ പ്രസിദ്ധ ചിത്രകാരനും ശിൽപ്പിയും മികച്ച വ്യക്തിത്വവും

പാബ്ലോ പിക്കാസോ

ആണ് പാബ്ലോ പിക്കാസോ (1881 - 1973). ക്യൂബിസം എന്ന ചിത്രകലാ പ്രസ്ഥാനത്തിന്റെ പ്രയോക്താവാണിദ്ദേഹം. പിക്കാസോയുടെ പൂർണമായപേർ: Pablo Diego Jose Francisco de Paula Juan Nepomu-ceno Maria de los Remedios Cipriano de la Santisima Trinidad Ruiz Picasso.

"ഓരോ കുട്ടിയും മികച്ച കലാകാരനാണ്. വളർന്നുവരുമ്പോൾ ഈ കഴിവ് നിലനിർത്തുക എന്നതാണ് യഥാർഥപ്രശ്നം". "കല സത്യം തിരിച്ചറിയുവാനുള്ള 'കളവ്' മാത്രമാണ്". പിക്കാസോ സൂക്തങ്ങളിലെ രണ്ടെണ്ണം ആണിത്. (നോക്കുക: 200).

38. സ്വർഗം

ബീഥോവൻ

ലോകപ്രശസ്ത സംഗീതജ്ഞനായ ജർമൻവംശജൻ ബീഥോവൻ (1770 - 1827) എക്കാലത്തേയും മികച്ചതും വാഴ്ത്തപ്പെട്ടതും ആയ കംപോസർ ആണ്. ഇരുപതുവയസ്സുകഴിഞ്ഞപ്പോൾ ബധിരത അദ്ദേഹത്തെ അലട്ടുവാൻ തുടങ്ങി. പിന്നീടുള്ള അതി പ്രശസ്ത സംഗീതം ചിട്ടപ്പെടുത്തുമ്പോഴേക്കും ബീഥോവൻ പൂർണമായും ബധിരനായിത്തീർന്നു.

'സ്വർഗത്തിൽ ഇരുന്ന് ഞാനവ കേട്ട് ആസ്വദിക്കും' എന്നായിരുന്നു ഈ പ്രതിഭയുടെ അവസാനവാക്കുകൾ. പുതുലോകത്തിനായി ജനിച്ച കമ്പോസർ ആണ് ബീഥോവൻ. ദുരന്തത്തിന്റെ വ്യക്തിഗതവിജയമാണ് ബീഥോവന്റെ കഥ.

39. യൂക്ലിഡ്

'ജ്യോമട്രിയുടെ പിതാവ്' എന്ന് അറിയപ്പെടുന്ന ഗ്രീക്ക് ഗണിതജ്ഞനാണ് യൂക്ലിഡ്. ക്രിസ്തുവിന് ഉദ്ദേശം 300 വർഷം മുമ്പാണ് ജീവിതകാലം. മഹാനായ അലക്സാണ്ടറുടെ വിശ്വസ്ത ജനറൽ ആയിരുന്ന ടോളമി ഒന്നാമന്റെ ഭരണകാലത്ത് അലക്സാൻഡ്രിയയിലെ സജീവ സാന്നിധ്യമായിരുന്നു യൂക്ലിഡ് എന്നു വിശ്വസിക്കപ്പെടുന്നു. ഇദ്ദേഹം

രചിച്ച *എലിമെന്റ്സ്* ഗണിതചരിത്രത്തിലെ ഏററവും വിജയകരമായ പാഠപുസ്തകമായി വിലയിരുത്തപ്പെടുന്നു. ബൈബിൾ കഴിഞ്ഞാൽ ഏറ്റവും കൂടുതൽ പതിപ്പുകൾ ഉണ്ടായ കൃതി ഇതാണ് എന്നും വിശ്വസിക്കപ്പെടുന്നു.

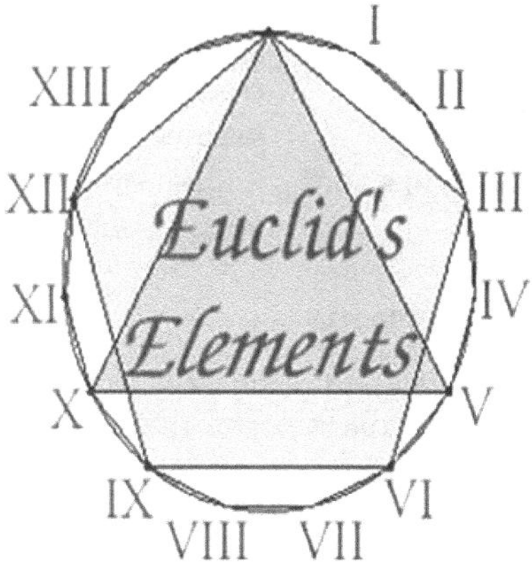

"ഊഹങ്ങൾ (assumptions) ഇല്ലെങ്കിൽ 'ഉൽപ്പത്തി' (പ്രൂഫ്) എന്നൊന്ന് ഇല്ല എന്ന് എന്നെ പഠിപ്പിച്ചത് യൂക്ലിഡ് ആണ്" എന്ന് ഗണിതജ്ഞനും ഗ്രന്ഥകാരനും ആയ ഇ ടി ബെൽ (1883 - 1960) പറഞ്ഞു.

40. പൂച്ച, പട്ടി, പന്നി

മൃഗങ്ങൾക്കു സംസാരിക്കുവാനുള്ള സിദ്ധി ലഭിച്ചാൽ നായ ഒരു വിടുവായനും പൂച്ച മിതഭാഷിയും ആകുമെന്ന് അമേരിക്കൻ ഹാസസാഹിത്യകാരൻ മാർക്ക് ടൈ്വയിൻ (1835 - 1910) പറഞ്ഞിട്ടുണ്ട്. കഴുത്തിൽ തോൾവാർ കെട്ടി നിയന്ത്രിക്കുവാൻ പറ്റാത്ത ഏക ജീവികൂടിയാണ് പൂച്ച എന്നും അദ്ദേഹം അഭിപ്രായപ്പെട്ടു. മനുഷ്യരെ കാണുമ്പോൾ പട്ടി തലമുകളിലോട്ടു പൊക്കി നോക്കും. പൂച്ച താഴോട്ടും. പന്നി നേരെയും നമ്മെ നോക്കും. അതിനാൽ വിൻസ്റ്റൺചർച്ചിൽ (1874 - 1965) പന്നിയെ കൂടുതൽ ഇഷ്ടപ്പെടുന്നുവത്രെ! തങ്ങൾ മനുഷ്യരെന്ന് പട്ടിയും ദൈവമെന്ന് പൂച്ചയും വിശ്വസിക്കുന്നു എന്ന ഒരു ധാരണയും പരക്കെ ഉണ്ടത്രെ! (നോക്കുക: 16, 88).

മാർക്ക് ടൈ്വയിൻ

41. പട്ടിമരണം

വിലപിടിപ്പുള്ള കൂടിയ ഇനം പട്ടി ഒരു പാറാവുകാരനെ കടിച്ചു. പാറാവുകാരൻ ഉടൻ വെച്ച ഉന്നം തെറ്റാതെയുള്ള വെടിയിൽ നായ ചത്തു മലച്ചു. ഇത് കോടതിയിൽ കേസായി, വിചാരണയായി, അതായി,

ഇതായി.

ജഡ്ജ് : ഇത്രയും വിലപിടിപ്പുള്ള ഈ പട്ടിയെ വെടിവെച്ചു കൊല്ലുന്നതിനുപകരം നിങ്ങൾക്ക് തോക്കിന്റെ ബട്ട് കൊണ്ട് അടിച്ചോടിക്കാമായിരുന്നില്ലെ?

പാറാവുകാരൻ : പട്ടിക്ക് എന്നെ വാലുകൊണ്ട് കടിച്ച് ചരിത്രത്തിൽ ഒരു സ്ഥാനം പിടിക്കാമായിരുന്നില്ലേ?

42. മലയാളം

ഇംഗ്ലീഷ് ഭാഷയിൽ മുന്നോട്ടോ പുറകോട്ടോ വായിച്ചാൽ അക്ഷരവ്യത്യാസം വരാത്ത വാക്കുകളെ palindrome എന്നു പറയുന്നു. ഈ വിഭാഗത്തിൽപെട്ട ഏറ്റവും നീളം കൂടിയ സാധാരണ വാക്കാണ് മലയാളിയുടെ മാതൃഭാഷയായ 9 അക്ഷരങ്ങളുള്ള malayalam. മററു ചില സാധാരണ വാക്കുകൾ:

Racecar (7 അക്ഷരം); pullup (6 അക്ഷരം); noon (4 അക്ഷരം)' dad, did, eye (3 അക്ഷരം) 'a man a plan a canal panama'; 'was it a cat i saw';'borrow or rob'; 'now i won'. അങ്ങനെ ഒട്ടേറെ ഉദാഹരണങ്ങൾ ഉണ്ട്. 22, 959 ഇവ പാലിൻഡ്രോമിക സംഖ്യകൾക്കുദാഹരണമാണ്. ഒരു പാലിൽ ഡ്രോമിക സംഖ്യയുടെ ഘടകങ്ങളും പാലിൻഡ്രോമിക സംഖ്യകളാകുന്നതിനുള്ള ഉദാഹരണം ഇതാ:- 20022002 = 22 X 949 X 959.

43. 'ഫുട്ബോൾ ബുജി'

ബ്രസീലിയൻ ഫുട്ബോൾ താരമായ സോക്രട്ടീസ് (Socrates 1954-) രണ്ടു ലോകകപ്പ് മത്സരങ്ങളിൽ (1982 ലും 1986 ലും) സ്വന്തം ടീമിന്റെ ക്യാപ്റ്റനായിരുന്നു. ഒരു ഡോക്ടർ കൂടിയായ ഇദ്ദേഹത്തിന്റെ ഇളയസഹോദരൻ റായ് (Rai 1965-) ലോകകപ്പ് ജേതാക്കളായ (1994) ബ്രസീൽ ടീമിലെ അംഗമായിരുന്നു. മികച്ച വായനാശീലം സോക്രട്ടീസിന്റെ മറ്റൊരു പ്രത്യേകതയായിരുന്നു.

44. ഒരു കിന്നാരം

ചുണ്ടിൽ ചെറിയകട്ടി മീശയുള്ള ചെറുപ്പക്കാരനായിരുന്ന വിൻസ്റ്റൺ ചർച്ചിലിനോട് സുന്ദരിയായ ഒരു സ്ത്രീ:

താങ്കളുടെ ഈ മീശയും രാഷ്ട്രീയ

വിശ്വാസങ്ങളും എന്നിൽ തീരെ താൽപ്പര്യം ജനിപ്പിക്കുന്നില്ല. ക്ഷമിക്കണം.

ഉത്തരം: ഇതുരണ്ടുമായും ബന്ധപ്പെടാൻ മഹതിക്കു ഞാൻ അവസരവും തരില്ല. തൃപ്തിയായില്ലേ?

45. പശുക്കൾ

അന്തരീക്ഷത്തിലെ ഓസോൺ പാളിയിൽ ദ്വാരം ഉണ്ടാക്കുന്നതിൽ പശുക്കൾ പ്രധാന പങ്കു വഹിക്കുന്നു. ഇവ ചാണകം വഴി പുറത്തു വിടുന്ന ഹൈഡ്രോകാർബൺ ആണ് ഇവിടുത്തെ പ്രധാന വില്ലൻ. 10 പശുക്കളിൽ നിന്നുൽസർജിക്കുന്ന വാതകം ശേഖരിച്ചാൽ അതുകൊണ്ട് ഒരു ചെറിയ കുടുംബത്തിന് ഒരു വർഷത്തേക്ക് ആവശ്യമായ ഊർജം ലഭിക്കും. ഏമ്പക്കം വഴിയാണ് പശുക്കൾ ഭൂരിഭാഗം ഹൈഡ്രോകാർബണും പുറത്തുവിടുന്നത് എന്നത് കൗതുകം ജനിപ്പിക്കുന്ന വാർത്തയാണ്.

46. എഡിസനും വിയർപ്പും

ആയിരത്തിമുന്നൂറിൽപ്പരം കണ്ടുപിടുത്തങ്ങൾ സ്വന്തം പേരിലുള്ള ശാസ്ത്രജ്ഞനും കണ്ടുപിടുത്തക്കാരനും ആണ് തോമസ് ആൽവ എഡിസൻ (1847 - 1931). അവയിൽ ഏററവും പ്രധാനം വൈദ്യുത ബൾബ് തന്നെ (1879 ൽ). ഗ്രാമഫോൺ, ചലിക്കുന്ന ചിത്രങ്ങൾ .... അങ്ങിനെ പോകുന്നു കണ്ടുപിടുത്തങ്ങളുടെ ഈ നീണ്ട നിര. ഒരിക്കൽ ഹോട്ടലിലെ അതിഥി പുസ്തകത്തിലെ പലകോളങ്ങളും എഡിസൻ പൂരിപ്പിച്ചു കൊണ്ടിരിക്കുന്ന അവസരം. ഒരു കോളം 'താൽപ്പര്യമുള്ള വിഷയങ്ങൾ' എന്ന തലക്കെട്ടിലുള്ളതായിരുന്നു. 'എല്ലാം' എന്നെഴുതി അദ്ദേഹം ആ കോളം പൂരിപ്പിച്ചുവത്രെ! തന്റെ കണ്ടുപിടുത്തങ്ങൾ നല്ലരീതിയിൽ വിൽപ്പന നടത്തുന്നതിൽ വിജയിക്കുകയും ചെയ്ത മികച്ച കച്ചവടക്കാരൻ കൂടിയായിരുന്നു അദ്ദേഹം. 'ജീനിയസ്' എന്നാൽ ഒരു ശതമാനം പ്രചോദനവും 99 ശതമാനം വിയർപ്പും ആണ് എന്ന് എഡിസൻ നിർവചിച്ചു.

47. ഉദ്ധരണി

ഒരുദ്ധരണി ഹംഗറിക്കാരായ രണ്ടു ഗണിത പ്രതിഭകളിൽ ആരുടേത് എന്ന തർക്കത്തിന് ഇനിയും വിരാമമായിട്ടില്ല. രണ്ടുപേരും ഗണിതജ്ഞർ ആണ്. റെൻയിയും (Alfred Renyi 1921 - 1970) എർഡോസും (Paul Erdos 1913 -1996) ആണിവർ. 'കാപ്പി ഗണിത പ്രമേയം ആക്കി മാറ്റുന്ന യന്ത്രമാണ് ഗണിത ശാസ്ത്രജ്ഞൻ' എന്നതാണീ തർക്കവിഷയമായ ഉദ്ധരണി.

എന്നാൽ "അസന്തുഷ്ടനാകുമ്പോൾ സന്തുഷ്ടനാകാൻ ഞാൻ ഗണിതം വായിക്കും. സന്തുഷ്ടനാകുമ്പോൾ ആ അവസ്ഥ നിലനിർത്തു

വാനും ഞാൻ ഗണിതം വായിക്കും." എന്ന രസികൻ പ്രസ്താവന റെൻയിയുടെ പേരിൽ മാത്രം അറിയപ്പെടുന്നു. എർഡോസുമായി ചേർന്ന് റെൻയി 32 പ്രബന്ധങ്ങൾ രചിച്ചിട്ടുണ്ട്. (നോക്കുക: 15, 52)

48. പെൻസിൽ

ഒരു ശരാശരി കടലാസ് പെൻസിൽ കൊണ്ട് (18 സെ മീ നീളം) കടലാസിൽ 55 കിമീ നീളമുള്ള 'വര' വരയ്ക്കാം! വേറൊരു കണക്ക് - അല്ലെങ്കിൽ, ഈ പെൻസിൽ കൊണ്ട് 50,000 ഇംഗ്ലീഷ് വാക്കുകൾ എഴുതാം.

49. അർഥം

ഇംഗ്ലീഷ് നിഘണ്ടുവിൽ ഏററവും കൂടുതൽ അർഥം കൊടുത്തിരിക്കുന്ന 5 വാക്കുകൾ make, set, run, take, go ഇവയാണ്. ഇപ്പോൾ രണ്ടാംസ്ഥാനത്തുള്ള set ആയിരുന്നു ഏറെക്കാലം ഈ പട്ടികയിൽ ഒന്നാം സ്ഥാനം അലങ്കരിച്ചിരുന്നത്.

50. ഏക അഭാജ്യങ്ങൾ

2 ഉം 5 ഉം മാത്രമാണ് 2 അല്ലെങ്കിൽ 5 ൽ അവസാനിക്കുന്ന ഏക അഭാജ്യ സംഖ്യകൾ. 1 ഉം ആ സംഖ്യയും മാത്രം ഘടകങ്ങൾ ആയ 1 നേക്കാൾ വലിയ പൂർണസംഖ്യയാണ് അഭാജ്യസംഖ്യ. 2, 3, 5, 7, 11, 13, 17, 19, 23, 29 ഇവയാണ് ആദ്യ 10 അഭാജ്യസംഖ്യകൾ. അനന്തം അഭാജ്യ സംഖ്യകൾ ഉണ്ടെന്ന് ബി സി 300 ൽ യൂക്ലിഡ് പ്രസ്താവിച്ചിട്ടുണ്ട്. നിർവചനപ്രകാരം 1 അഭാജ്യമല്ല. 2 മാത്രമാണ് ഏക ഇരട്ട അഭാജ്യസംഖ്യ.

51. ക്ലാസ് മുറിയിലെ ചോദ്യം

ഗുരുനാഥൻ ഒരിക്കൽ വിദ്യാർഥിയായ മജീദിനോട് ചോദിച്ചു "ഒന്നും ഒന്നും എത്രയാണെടാ"? ഒന്നും ഒന്നും രണ്ടാണ് എന്നുള്ളത് ലോകപ്രസിദ്ധമാണല്ലോ. പക്ഷേ, അതിന് മജീദ് പറഞ്ഞ അത്ഭുതകരമായ സമാധാനം കേട്ട് ഗുരുനാഥൻ പൊട്ടിച്ചിരിച്ചു പോയി. ക്ലാസ് ആകെ ചിരിച്ചു. മജീദ് പറഞ്ഞ സമാധാനം പിന്നീട് അവന്റെ പരിഹാസപ്പേരുമായിത്തീർന്നു. ആ ഉത്തരം പറയുന്നതിനുമുമ്പേ മജീദ് ആലോചിച്ചു. രണ്ടു നദികൾ സമ്മേളിച്ചു കുറച്ചു കൂടി വണ്ണം വെച്ച ഒരു നദിയായി ഒഴുകുന്നതുപോലെ രണ്ടു ഒന്നുകൾ ഒരുമിച്ചു ചേരുമ്പോൾ കുറച്ചുകൂടി വണ്ണംവെച്ച ഒരു 'ഒന്ന്' ആയിത്തീരുന്നു! അങ്ങനെ കണക്കുകൂട്ടി സാഭിമാനം മജീദ് പ്രസ്താവിച്ചു.

'ഉമ്മിണി വല്യ ഒന്ന്'!

അങ്ങനെ കണക്കു ശാസ്ത്രത്തിൽ ഒരു പുതിയ തത്വം കണ്ടുപിടിച്ചതിന് മജീദിനെ അധ്യാപകൻ അന്നു ബഞ്ചിൽ കയറ്റി നിർത്തി.

വൈക്കം മുഹമ്മദ് ബഷീറിന്റെ - *ബാല്യകാലസഖി* എന്ന നോവലിൽ നിന്ന്.

52. എർഡോസ് ഭാഷ്യങ്ങൾ

ഫലഭൂയിഷ്ഠമായ, വൈവിധ്യമാർന്ന ചിന്താസരണിയുടെ ഉടമയാണ് ഹംഗറിക്കാരനായ ഗണിതജ്ഞൻ പോൾ എർഡോസ് (Erdos 1913 - 1996). അത്ഭുതശേഷികളുള്ള മിടുമിടുക്കൻ കുട്ടി അഥവാ 'സിദ്ധൻ' എന്ന ഖ്യാതി ബാല്യകാലത്ത് നേടി. ഒട്ടേറെ സർവകലാശാലകളിലെ ഗണിത വകുപ്പുകളിൽ എർഡോസ് ചുറ്റിക്കറങ്ങി, അലഞ്ഞു തിരിഞ്ഞു, പ്രഭാഷണങ്ങൾ നടത്തി. ബുദ്ധിസ്ഥിരത താറുമാറിലായ 'ബുദ്ധിമാൻ' എന്നും അദ്ദേഹം വിശേഷിപ്പിക്കപ്പെട്ടു. സ്ത്രീകളെ 'യജമാനത്തി' എന്നും പുരുഷനെ 'അടിമ' എന്നും ചെറിയ കുട്ടികളെ 'എപ്സിലോൺ' എന്നും എർഡോസ് ഒരു കുസൃതികണക്കേ ഓമനപ്പേരിട്ടു വിളിച്ചു.

'കാപ്പി പ്രമേയം ആക്കി മാറ്റുന്ന ചെപ്പടിവിദ്യക്കാരൻ ആണ് ഗണിത ശാസ്ത്രജ്ഞൻ' എന്ന പ്രസ്താവന എർഡോസിന്റെ പേരിൽ അറിയപ്പെടുന്നു. (നോക്കുക: 15, 47)

53. എം ടി സാഹിത്യത്തിൽ 23

അഭാജ്യസംഖ്യയായ 23 നെക്കുറിച്ച ഒരു സാഹിത്യചിന്തയാണ് ഈ വിജ്ഞാനകുസൃതി.

എം.ടി.വാസുദേവൻ നായർ

"...... ഒരാണിന്റെ ജീവിതത്തിലെ ഏററവും നല്ല കാലം ഏതാണെന്ന് അറിയാമോ? പഠിച്ചുവച്ചോളൂ! ഇരുപത്തിമൂന്ന്! അയാൾക്കതിന് ഒരു വിശദീകരണമുണ്ടായിരുന്നു. ഇരുപത്തിയഞ്ച് ഒരു വഴിത്തിരിവാണ്. പാകതയിലെത്തിയ ഒരു യുവാവായെന്നു സ്വയം തോന്നും. ഇരുപത്തിനാലിൽ അടുത്തെത്തിയ വഴിത്തിരിവിനെ തൊട്ടുമുന്നിൽ കാണും. പതിനെട്ടിനും ഇരുപത്തിരണ്ടിനുമിടയ്ക്ക് കൗമാരത്തിന്റെ അംശങ്ങൾ പലതും ബാക്കിനിൽക്കും. ഇരുപത്തിമൂന്ന് ...."

(*മഞ്ഞ്* - എം ടി വാസുദേവൻ നായർ)

54. ബാർബർ റസ്സലിന്റെ ദൃഷ്ടിയിൽ

അമേരിക്കയുടെ വിയത്നാം യുദ്ധത്തിനെതിരെ അതിശക്തമായ ഭാഷയിൽ വിമർശനം തൊടുത്തുവിട്ട, അണ്വായുധങ്ങൾക്കെതിരെ ലോക മനസ്സാക്ഷിയെ ഉണർത്തിയ ചിന്തകനാണ് ബർട്രാന്റ് റസ്സൽ. അദ്ദേഹ

ത്തിന്റെ ഒരു വിരോധാഭാസത്തിന്റെ (പാരഡോക്സ്) ജനകീയ വ്യാഖ്യാന മാണ് ഈ ചോദ്യം.

സ്വന്തമായി ഷേവ് ചെയ്യാത്ത എല്ലാവരേയും ഷേവ് ചെയ്യുന്ന ഒരു ബാർബർ സ്വയം ഷേവ് ചെയ്യുമോ?

ഇതാണ് റസ്സലിന്റെ ബാർബർ വിരോധാഭാസ ചോദ്യം.

ഈ ചോദ്യത്തിനുത്തരം കണ്ടെത്തുവാൻ ശ്രമിച്ചുനോക്കൂ. കളി കുസൃതിയും കാര്യവും ആകുന്നത് അപ്പോഴാണ്.

55. അമ്പടാ മിടുക്കാ

തീവണ്ടിയിൽ യാത്ര ചെയ്യുമ്പോൾ തൊട്ടുമുന്നിലിരിക്കുന്ന ആളെ കണ്ട് ഒരു സംശയം. ഐഛികവിഷയം ഭൗതികം (ഫിസിക്സ്) ആക യാൽ ആ വിദ്യാർഥിക്ക് കൂടുതൽ സംശയിച്ച് തല പുകയ്ക്കേണ്ടിവന്നില്ല.

ആൽബർട്ട് ഐൻസ്റ്റിൻ തന്നെ. ആപേക്ഷികതാ സിദ്ധാന്തത്തിന്റെ ഉപജ്ഞാതാവായ ജർമൻ ബുദ്ധിജീവി.

തീവണ്ടി സാമാന്യം നല്ലവേഗതയിൽ കുതിക്കുന്നു. വിദ്യാർഥി, അവസരത്തിനൊത്ത് ഉയർന്ന് ഐൻസ്റ്റീനിയൻ രീതിയിൽ ഒരു ചോദ്യം തൊടുത്തുവിട്ടു.

‘‘ന്യൂയോർക്ക് നഗരം ഈ തീവണ്ടി കാണുമ്പോൾ നിൽക്കുമോ?’’

ചിരിച്ചുകൊണ്ട് ഐൻസ്റ്റിൻ മനസ്സിൽ മന്ത്രിച്ചു: അമ്പട മിടുക്കാ! (നോക്കുക: 21, 29, 64, 98, 109).

56. ശതമാനചിന്ത

50 ശതമാനം സുത്രവാക്യങ്ങൾ, 50 ശതമാനം ഉപപത്തികൾ അഥ വാ നിർധാരണങ്ങൾ, 50 ശതമാനം ഭാവന, ഇതാണത്രെ ഗണിതത്തിന്റെ ചേരുവകൾ അഥവാ കൂട്ട്. ‘‘100 ൽ 150 ഓ’’? ചിന്തയ്ക്കുള്ള മറ്റൊരു മേമ്പൊടിയായി ഈ കുസൃതി കണക്കിലാക്കിക്കോളൂ.

57. 98 ലും പ്രസരിപ്പ്

സാഹിത്യത്തിന് നോബൽ സമ്മാനം ലഭിച്ച (1950) ഗണിതശാസ്ത്ര ജ്ഞനാണ് റസ്സൽ. ഇംഗ്ലീഷ് ഗണിതശാസ്ത്രജ്ഞനും ചിന്തകനും സാഹിത്യകാരനും യുക്തിവാദിയും സമാധാനപ്രേമിയും ഒക്കെയായ ബർട്രാന്റ് റസ്സൽ എന്ന ഈ ബഹുമുഖ പ്രതിഭ പ്രസംഗിച്ചു, പഠിപ്പിച്ചു. ധാരാളം എഴുതി. സമകാലീന ബൗദ്ധിക ചിന്താധാരകളെയാക്കെ കുത്തിയിളക്കി. ഗണിതശാസ്ത്രപഠനങ്ങളിൽ ബാല്യകാലം മുതലെ അതീവ താൽപ്പര്യം കാട്ടി. പിന്നീട്, തത്വചിന്തയുടെ ചക്രവാളസീമകൾ ക്കപ്പുറത്തേക്ക് കുതിച്ചു ചാടി.

ഇരുപതാം നൂററാണ്ടിലെ ബഹുമുഖ പ്രതിഭകളിൽ പ്രമുഖനാണ് റസ്സൽ. ഗണിതം അടിത്തറയാക്കി ഒരു ലോജിക് സമ്പ്രദായത്തിന്

മറെറാരു ഗണിത ശാസ്ത്രജ്ഞനായ എ എൻ വൈറ്റ് ഹെഡുമായി പ്രവർത്തിച്ചു. ഇതിന്റെ ഫലമായി പുറത്തുവന്നതാണ് (1910-13) ഇവർ ഇരുവരും കൂടി രചിച്ച പ്രശസ്തമായ ഗണിതഗ്രന്ഥം (*Principia Mathematica*). റസ്സലിന്റെ വിരോധാഭാസങ്ങൾ ചിന്തനീയങ്ങളാണ്.

തൊണ്ണൂറ്റി എട്ടുവർഷം സജീവമായി ജീവിച്ച റസ്സൽ തന്റെ ഗണിതാഭിമുഖ്യത്തെക്കുറിച്ച്:

"പതിനൊന്നാമത്തെ വയസ്സിൽ, സഹോദരന്റെ സഹായത്തോടെ ഞാൻ യൂക്ലിഡ് വായിച്ചു. എന്റെ ജീവിതത്തിലെ തിളങ്ങുന്ന സംഭവമായിരുന്നു അത്; എക്കാലവും. ആദ്യ അനുരാഗത്തിന്റെ വിസ്മയ തുടിപ്പുപോലെയുള്ള സംഭവം. ആ നിമിഷം മുതൽ മുപ്പത്തി എട്ടാമത്തെ വയസ്സുവരെ ഗണിതമായിരുന്നു എനിക്ക് ഏററവും ഇഷ്ടപ്പെട്ടതും. എല്ലാ സന്തോഷത്തിന്റെയും മുഖ്യ സ്രോതസും".

അദ്ദേഹത്തിന്റെ മറ്റൊരു രസികൻ നിരീക്ഷണം: "പുരുഷന്റേതിനേക്കാൾ എണ്ണത്തിൽ കുറവാണ് സ്ത്രീയുടെ വായിലെ പല്ല് എന്ന് പണ്ട് പണ്ട് അരിസ്റ്റോട്ടിൽ അഭിപ്രായപ്പെട്ടിട്ടുണ്ട്. രണ്ടു തവണ വിവാഹം കഴിച്ചിട്ടും ഭാര്യമാരുടെ പല്ലുകൾ അദ്ദേഹം എണ്ണിനോക്കുവാൻ ശ്രമിക്കാതിരുന്നത് മഹാ കഷ്ടം തന്നെ".

58. മാർജിനിൽ എഴുതുന്ന ആൾ

പതിനേഴാം നൂറ്റാണ്ടിലെ പ്രസിദ്ധ ഗണിതശാസ്ത്രജ്ഞനായിരുന്നു ഫെർമ (1601-1665). തൊഴിൽപരമായി ഫെർമ അഭിഭാഷകനായിരുന്നു. എന്നാൽ ഒഴിവുസമയശ്രദ്ധ ഗണിതത്തിലേക്കു തിരിച്ചുവിട്ടു. ഗണിത പുസ്തകങ്ങൾ വായിച്ചുകൊണ്ടിരിക്കുമ്പോൾ തന്റെ അഭിപ്രായങ്ങൾ അദ്ദേഹം മാർജിനിൽ കുറിച്ചിട്ടു പോന്നു. അങ്ങനെ അദ്ദേഹത്തിന്റെ പ്രസിദ്ധമായ അവസാനത്തെ പ്രമേയം (Fermat's Last Theorem) കണ്ടുപിടിക്കപ്പെട്ട അവസരത്തിൽ ഫെർമ മാർജിനിൽ ഇങ്ങിനെയും കുറിച്ചിട്ടു:

"അത്യധികം അത്ഭുതകരമായ ഒരു ഫലം ഞാൻ കണ്ടുപിടിച്ചു. പക്ഷേ അതെഴുതി ഫലിപ്പിക്കുവാൻ അഥവാ പ്രൂഫ് നൽകുവാൻ ഈ മാർജിന് തീരെ സ്ഥലം പോരല്ലോ".

a, b, c എന്നീ ധനപൂർണ സംഖ്യകൾക്ക് $a^n + b^n = c^n$ എന്ന സമവാക്യം തൃപ്തിപ്പെടുത്തുന്ന 2 ൽ കൂടിയ മൂല്യം n ന് ആയാൽ നിർധാരണം ഇല്ല എന്നതാണ് 'അവസാന പ്രമേയം'. ആൻഡ്രുവൈൽസ് (1953 -) എന്ന ബ്രിട്ടീഷ് ഗണിതജ്ഞനാണ് 350 വർഷത്തിനുശേഷം ഈ പ്രമേയത്തിന് തെളിവു കണ്ടെത്തിയത്.

സ്പർശകങ്ങൾ വരയ്ക്കുന്ന ഫെർമയുടെ രീതികളിൽ നിന്നാണ് 'കാൽക്കുലസ്' എന്ന ഗണിത ശാഖയെക്കുറിച്ച് തനിക്ക് ധാരണകൾ നാമ്പിട്ടു തുടങ്ങിയത് എന്ന് ഐസക് ന്യൂട്ടൺ ഓർമിക്കുന്നു.

59. ചില ഗണിത ചിന്തകൾ

- ഏററവും വ്യക്തമായ കാര്യം ഒട്ടും വ്യക്തമാക്കാതെ തെളിയിക്കുന്നതിനുള്ള വിദ്യ ഗണിതത്തിലുണ്ട്.
- ഗണിതത്തിൽ രണ്ടിനം ഗ്രന്ഥങ്ങളെയുള്ളൂ. ആദ്യ വാക്യത്തിനപ്പുറം വായിക്കുവാൻ പറ്റാത്ത ആദ്യ ഇനം. ആദ്യത്തെ പേജിനപ്പുറം വായിക്കുവാൻ പറ്റാത്ത രണ്ടാമത്തെ ഇനവും.
- ലക്ഷ്യങ്ങളുള്ള എന്നാൽ നിയമങ്ങൾ ഇല്ലാത്ത കളിയാണ് തത്വചിന്ത. ഗണിതമാകട്ടെ ലക്ഷ്യങ്ങളില്ലാത്ത എന്നാൽ നിയമങ്ങൾ ഉള്ള കളിയും.

60. മൂന്നു വയസ്സിൽ ......

ഗോസ്സ്

വെറും മൂന്ന് വയസ്സ്. എഴുതുവാനും വായിക്കുവാനും കൂടി അറിയാത്ത പ്രായം. അച്ഛൻ ജോലിക്കാർക്കുള്ള കൂലി കണക്കാക്കിയതിൽ പറ്റിയ അബദ്ധം ആ കൊച്ചുകുട്ടി തിരുത്തിക്കൊടുത്തു. ഇതു കണ്ട് വീട്ടുകാരും നാട്ടുകാരും അന്തം വിട്ടു.

സ്കൂളിലേക്ക് പോകാൻ തുടങ്ങിയപ്പോൾ വലിയ സംഖ്യകൾകൊണ്ടായി ഈ വിദ്യ. ഈ കുട്ടി 'സിദ്ധ'നെ ജനം ശ്രദ്ധിച്ചു.

ഗണിത-ഭൗതിക രംഗങ്ങളിൽ മിക്കവാറും എല്ലാ മണ്ഡലങ്ങളിലും കൈവെച്ച്, തൊട്ടതൊക്കെ പൊന്നാക്കിയ, പത്തൊൻപതാം നൂറ്റാണ്ടിലെ ഏററവും വലിയ ഗണിത ശാസ്ത്രജ്ഞനായ ഗോസ്സ് ആയിരുന്നു ആ കുട്ടി. 'ഗണിത ശാസ്ത്രത്തിലെ രാജാവ്' എന്ന പേരിലും ഈ ജർമൻ ഗണിതശാസ്ത്രജ്ഞൻ (Gauss 1777 - 1855) അറിയപ്പെടുന്നു. 'ശാസ്ത്രങ്ങളുടെ രാജ്ഞി' ഗണിതവും 'സംഖ്യാസിദ്ധാന്തം' 'ഗണിതത്തിലെ രാജ്ഞി'യും എന്ന വിശേഷണം ഗോസിന്റെതാണ്.

61. എന്തല്ല ഗണിതം

"വ്യാകരണതെറ്റു കൂടാതെയുള്ള വാചകക്കസർത്തുകളുടെ അഭ്യാസമല്ല സാഹിത്യം" എന്നതുപോലെ "നിയന്ത്രണങ്ങളില്ലാതെ പ്രമേയ നിർധാരണം നടത്തുന്ന വ്യായാമവുമല്ല ഗണിതം." ഇത് കണക്കെഴുത്തോ സംഖ്യാജ്യോതിഷമോ അല്ല. കൊട്ടിയടക്കപ്പെട്ട ബൗദ്ധികവ്യൂഹമോ സമ്പ്രദായമോ അല്ല ഗണിതം.

62. ആർത്തുവിളി

(x-a)(x-b)(x-c)............ (x-z) ന്റെ ഗുണനഫലം എത്ര എന്നധ്യാപകൻ ക്ലാസിൽ ചോദിച്ചു. കുട്ടികൾ അങ്കലാപ്പിലായി. ഒററനോട്ടം കൊണ്ട് ഉത്തരം കിട്ടണം എന്ന നിബന്ധന അവരെ കൂടുതൽ വിഷമിപ്പിച്ചു.

അന്നേരം അധ്യാപകന്റെ സൂത്രപ്പണി:

24-ാം ഘടകം ശ്രദ്ധിക്കുക എന്നൊരു സൂചനയും കൊടുത്തു. കുട്ടികൾ സന്തോഷത്താൽ ഉത്തരം 'പൂജ്യം' എന്ന് ആർത്തുവിളിച്ചു. ഇവിടെ (x - x) ആണ് 24-ാം ഘടകം. ഇത് 'പൂജ്യം' ആണല്ലൊ.

63. ഡാർവിന്റെ കളിയാക്കൽ

ചാൾസ് ഡാർവിനെ (1809-1882) ക്കുറിച്ച്, വിശേഷണ വാക്യങ്ങളുടെ സഹായമില്ലാതെ തന്നെ നമുക്കറിയാം.

ആദ്യത്തെ പരിണാമാത്മക ജീവശാസ്ത്രജ്ഞനാണദ്ദേഹം. പ്രശസ്തമായ ഒരു ഗ്രന്ഥത്തിന്റെ (*On the origin of Species by means of Natural Selection*) കർത്താവാണ് ഡാർവിൻ. പ്രകൃതിനിർധാരണം എന്ന ആശയത്തിന്റെ ഉപജ്ഞാതാവും. കോപ്പർ നിക്കസും (1473-1543), ഗലീലിയോയും (1564-1642), ഐസക് ന്യൂട്ടണും (1642-1727) കണ്ടുപിടിച്ചതുപോലെ ഡാർവിനും തന്റെ സിദ്ധാന്തം സധൈര്യം ലോകത്തിനു കാഴ്ചവച്ചു.

ചാൾസ് ഡാർവിൻ

മനുഷ്യന്റെയും ഇന്നത്തെ നാഗരികതയുടെയും സ്ഥാനം കുറേക്കൂടി സത്യസന്ധമായി ഗ്രഹിക്കുവാൻ ഡാർവിന്റെ സിദ്ധാന്തം നമ്മെ സഹായിച്ചു. വളർച്ച ഇല്ലാത്ത, പണിതീർക്കപ്പെട്ട അവസാന ഉൽപ്പന്നമല്ല മനുഷ്യൻ എന്ന ചിന്താധാര അടിവരയിട്ടുറപ്പിച്ചത് ഡാർവിന്റെ വെളിപ്പെടുത്തലുകളായിരുന്നു. പുരോഗതി തുടർന്നുണ്ടായിക്കൊണ്ടേയിരിക്കും എന്ന ശുഭാപ്തിവിശ്വസത്തിൽ അരക്കിട്ടുറപ്പിച്ച ദർശനത്തിന്റെ വക്താവായിരുന്നു ഡാർവിൻ. പക്ഷേ ഗണിത ശാസ്ത്രജ്ഞരെക്കുറിച്ച് അദ്ദേഹത്തിന്റെ ഒരഭിപ്രായം, എന്തോ ഒരു പന്തികേടുപോലെ. അതിപ്രകാരമാണ്:

"..... ഇരുണ്ട മുറിയിൽ അവിടെയെങ്ങും ഇല്ലാത്ത കറുത്ത പൂച്ചയെ കണ്ടുപിടിക്കുവാൻ തിരിച്ചിൽ നടത്തുന്ന അന്ധനാണ് ഗണിതശാസ്ത്രജ്ഞൻ ...."

64. ചിരിയോ ചിരി

സിനിമനിർമാതാവും നടനും സംവിധായകനും ആയ ചാർളിചാപ്ലിൻ, ശാസ്ത്രജ്ഞനായ ഐൻസ്റ്റിനോട് ഇങ്ങനെ പറഞ്ഞു:

"ഞാൻ പറയുന്നത് എല്ലാം മനസിലാക്കിക്കൊണ്ടാണ് ജനം എന്നെ കേട്ടും നോക്കിയും കൈയടിച്ചാർത്തുരസിക്കുന്നത്. [illegible] ആർക്കും മനസിലാകാത്തതിനാൽ താങ്കൾ പറയുന്നതുകേട്ടും അവർ ആർത്തു രസിക്കുന്നു". (നോക്കുക: 3, 149)

65. ജ്യോമട്രി

ഗ്രഹങ്ങൾ സൂര്യനു ചുറ്റും ദീർഘവൃത്താകൃതിയിൽ സഞ്ചരിക്കുന്നു എന്നു പറഞ്ഞ ജർമൻ ജ്യോതിശാസ്ത്രജ്ഞൻ കെപ്ലർ (1571 – 1630) ജ്യോമട്രിയെക്കുറിച്ച് ഇങ്ങനെകൂടി പറഞ്ഞു:

'എവിടെയൊക്കെ പദാർഥമുണ്ടോ അവിടെയെല്ലാം ജ്യോമട്രി ഉണ്ട്. ആകൃതിയുടെയും വലുപ്പത്തിന്റെയും പഠനമാണിത്.' ഈ ഗണിതശാഖയെക്കുറിച്ച് മററുചില രസികൻ നിർവചനങ്ങൾ നോക്കാം.

- മധ്യത്തിൽ ദ്വാരമുള്ള വൃത്താകൃതിയിലുള്ള നേർ രേഖയാണ് വൃത്തം.
- രണ്ടു ബിന്ദുക്കൾ തമ്മിലുള്ള ഏററവും കുറഞ്ഞ ദൂരം കണ്ടുപിടിക്കുവാനുള്ള സൂത്രം ഇപ്പോഴും നിർമാണ ഘട്ടത്തിലാണ്.
- കൃത്യമല്ലാത്ത രൂപങ്ങളെക്കുറിച്ച് കൃത്യമായ യുക്തിചിന്തയുടെ ശാസ്ത്രമാണ് ജ്യോമട്രി.

66. അവധിക്കാല യാത്ര!

ജ്യോതിശാസ്ത്രജ്ഞനും ഫിസിക്സ് പ്രൊഫസറും കണക്കുമാഷും അവധി ആഘോഷിക്കുവാൻ കേരളത്തിലെ മലയോരത്തിലൂടെ തീവണ്ടിയിൽ യാത്ര ചെയ്യുന്ന ശുഭമുഹൂർത്തം!

ഒരു വശം മരങ്ങൾ നിറഞ്ഞ മല.

മറുഭാഗം പച്ചനെൽപ്പാടം. കൂട്ടിന് മന്ദമാരുതൻ.

നയനാനന്ദകരം.

പാടവരമ്പിൽ പുല്ലുതിന്നുകൊണ്ടിരിക്കുന്ന കറുത്ത നിറമുള്ള ആട്ടിൻകുട്ടിയെ തീവണ്ടിയുടെ ജനാലയിലൂടെ ഇവർ മൂവരും കണ്ടു.

പ്രതികരണം പെട്ടെന്ന് ഇങ്ങനെയും ആയിരുന്നു:

ജ്യോതിശാസ്ത്രജ്ഞൻ:

എന്തുചന്തമുള്ള ആട്. അല്ലെ? കേരളത്തിലെ ആടുകൾ എല്ലാം കറുത്തനിറത്തിലാണ്. കാണാൻ എന്തുരസം.

ഫിസിക്സ് പ്രൊഫസർ:

അല്ല. അല്ലേ അല്ല. കേരളക്കരയിലെ ചില ആടുകളുടെ നിറം കറുപ്പാണ് എന്ന് പറയൂ.

കണക്കുമാഷ്:

ശരീരത്തിന്റെ ഒരു ഭാഗത്തിന്റെ നിറം എങ്കിലും കറുപ്പായ, ഒരു ആടെങ്കിലും, കേരളത്തിലെ ഒരു നെൽപ്പാടവരമ്പിലെങ്കിലും ഉണ്ട് എന്ന് തിരുത്തിപ്പറയൂ. അതല്ലെ യുക്തിസഹം. അങ്ങനെ പറയുന്നതാണ് ശരിയും.

എന്തുതോന്നുന്നു?

ഈ 'കുസൃതി'യിലെ യഥാർഥ 'ശരി' എന്തായിരിക്കും?

67. തീയും ഐസും

കൃഷ്ണൻകുട്ടി എന്ന ശാസ്ത്രജ്ഞന്റെ (സ്റ്റാറ്റിസ്റ്റിഷൻ) ഒരു ഫാന്റസി അനുഭവം. ഒരു സ്വപ്നാനുഭവം!

പരിപാടി തുടങ്ങി. സ്റ്റേജും ചുറ്റുപാടും ഒക്കെ പതിവിൻപടി. കൃഷ്ണൻകുട്ടി അദ്ദേഹത്തിന്റെ തല തീച്ചൂളയിൽ വച്ചു. രണ്ടു കാൽപ്പാദങ്ങളും വലിയ ഐസ്കട്ടപ്പുറത്തും.

ഇതുകണ്ടുനിന്ന ജനത്തിൽ ഒരു രസികൻ ചോദിച്ചു:

"എന്താണ് ഇപ്പോഴത്തെ താങ്കളുടെ അനുഭവം"?

ശാന്തപ്രകൃതക്കാരനായ നമ്മുടെ കൃഷ്ണൻകുട്ടി സൗമ്യനായി മറുപടി കൊടുത്തു:-

".... ശരാശരി എടുത്തു നോക്കിയപ്പോൾ സുഖം തോന്നുന്നു...."

നിങ്ങളുടെതായിരുന്നു ആ തലയും പാദങ്ങളും എങ്കിലോ? 'ശരാശരി' എന്ന ഗണിത ആശയത്തിന്റെ 'ഫലിതം' അപ്പോൾ ഗ്രഹിക്കും!

68. ഡ്രൈവിങ്

ചോദ്യം: നന്നായി ഗണിതം പഠിച്ചവർ കാർ ഓടിക്കുവാൻ ഭയക്കുന്നത് എന്തുകൊണ്ട്?

ഉത്തരം: നീളവും ആയി താരതമ്യപ്പെടുത്തുമ്പോൾ റോഡിന്റെ വീതി നിസ്സാരമാണ്, തള്ളിക്കളയത്തക്കതാണ് എന്നതിനാൽ കാർ റോഡിന്റെ ഇരുവശത്തും ആയി 'തട്ടി'യും 'മുട്ടി'യും അങ്ങനെ മുന്നോട്ടു പോകും.

69. ചില ബർണാർഡ് ഷാ സൂക്തങ്ങൾ

- ഒരേ ഭാഷകൊണ്ടു വിഭജിക്കപ്പെട്ട രണ്ട് രാജ്യങ്ങളാണ് ഇംഗ്ലണ്ടും അമേരിക്കയും
- പ്രലോഭിക്കപ്പെട്ട പകർച്ചവ്യാധിയാണ് ഫാഷൻ.
- ഒന്നും ചെയ്യാതെയുള്ള ഒരു ജീവിതത്തെക്കാൾ എത്രയോ ഉപകാരപ്രദവും ശ്രേഷ്ഠവുമാണ് തെറ്റുകൾ പറ്റുന്ന, പ്രവൃത്തിക്കുന്ന ജീവിതരീതി.
- എല്ലാ സാമ്പത്തിക ശാസ്ത്രജ്ഞരെയും തൊട്ടുതൊട്ടു കിടത്തി

യാലും അവർ ഒരു നിഗമനത്തിൽ എത്തിച്ചേരില്ല.

- കഴിവില്ലാത്ത ഒരാൾക്ക് പ്രശസ്തനാകാനുള്ള ഏകവഴി 'രക്തസാക്ഷിത്വം' വഹിക്കലാണ്.
- ചിരിപ്പിക്കുന്ന ഏതൊന്നിന്റെയും ഉള്ളിൽ ഒരു സത്യം ഒളിഞ്ഞിരിപ്പുണ്ട്.

70. ദെക്കാർതെയുടെ മരണവും ക്രിസ്റ്റീനയുടെ കുറിപ്പും

ആധുനികഗണിതത്തിന്റെ പിതാവ് എന്നറിയപ്പെടുന്ന ദെക്കാർതെ തത്വശാസ്ത്രം, ഭൗതികം, രസതന്ത്രം, പ്രപഞ്ചവിജ്ഞാനം, ശരീരശാസ്ത്രം, മനശ്ശാസ്ത്രം എന്നീ മണ്ഡലങ്ങളിലും തനതായ വ്യക്തിമുദ്രപതിപ്പിച്ച ശാസ്ത്രജ്ഞനായിരുന്നു. നിർദേശാങ്കജ്യാമിതി അഥവാ അനാലിറ്റിക് ജ്യോമട്രിയുടെ കണ്ടുപിടുത്തമാണ് ദെക്കാർതെക്ക് ആധുനിക ഗണിതത്തിന്റെ പിതാവ് എന്ന പേർ നേടിക്കൊടുത്തത്.

ദെക്കാർതെ

എന്താണീ നിർദേശാങ്ക ജ്യാമിതി? ആൾജിബ്ര (ബീജഗണിതം) യേയും ജ്യോമട്രിയേയും തമ്മിൽ ദെർക്കാർതെ വിവാഹം കഴിപ്പിച്ചപ്പോൾ നിർദേശാങ്ക ജ്യാമിതി ഉദയം ചെയ്തു എന്നു പറയാം. ആൾജിബ്രയും ജ്യോമെട്രിയും തമ്മിലുള്ള വിവാഹത്തിന്റെ ദല്ലാൾ ആയിരുന്നു ദെക്കാർതെ എന്ന് വ്യംഗ്യം.

ഫ്രഞ്ച് തത്വചിന്തകനും ഗണിതശാസ്ത്രജ്ഞനും ആയ ദെക്കാർതെ (1596 – 1650) യുടെ മരണത്തിന് കാരണക്കാരിയായ ക്രിസ്റ്റിന എന്ന രാജകുമാരിയുടെ അസാധാരണമായ ഈ കുറിപ്പ് ഇനി ശ്രദ്ധിക്കാം:

'മഹാനായ തത്വചിന്തകൻ ഇതാ മരിച്ചിരിക്കുന്നു. അന്ധവിശ്വാസിയായിരുന്നെങ്കിൽ ഒരു കൊച്ചുകുട്ടിയെപ്പോലെ ഞാൻ വാവിട്ടു കരഞ്ഞേനെ. മിന്നിത്തിളങ്ങിയിരുന്ന ഒരു നക്ഷത്രത്തെ അതിന്റെ സാഞ്ചാരപഥത്തിൽ നിന്ന് പിടിച്ചുവലിച്ചുകൊണ്ടുവന്നതിൽ ഞാൻ ദുഃഖിക്കുന്നു. അദ്ദേഹത്തിന്റെ മരണം എന്നെ വല്ലാതെ തളർത്തി. ന്യായീകരിക്കാവുന്ന, എന്നാൽ ഫലമില്ലാതായിപ്പോയ പ്രവൃത്തിയായി അത്. ലോകം കണ്ടിട്ടുള്ള ഏറ്റവും മഹാന്മാരായ തത്വചിന്തകരിൽ ഒരാളായിരുന്ന ദെക്കാർതെ കുട്ടിക്കളിമാറാത്ത, തന്റേടിയായ, നിർബന്ധക്കാരിയായ ഒരു പത്തൊൻപതുകാരിയുടെ ആഗ്രഹങ്ങൾക്കിരയായി മരിച്ചു എന്ന് ചരിത്രം രേഖപ്പെടുത്തും'.

71. ടോൾസ്റ്റോയിയും ഭിന്നിതവും

ലിയോടോൾസ്റ്റോയ്

ലോകം കണ്ട ഏറ്റവും മികച്ച നോവലിസ്റ്റുകളിൽ പ്രമുഖനായ റഷ്യൻ സാഹിത്യകാരനാണ് ലിയോടോൾസ്റ്റോയ് (1828–1910). *യുദ്ധവും സമാധാനവും*, *അന്നാകരീനിന* ഇവ ടോൾസ്റ്റോയുടെ വിഖ്യാതകൃതികളാണ്.

ഗണിതത്തിലെ ഭിന്നിതത്തെക്കുറിച്ച ടോൾസ്റ്റോയുടെ നിർവചനം ശ്രദ്ധിക്കാം:

'മനുഷ്യൻ ഭിന്നിതത്തെപ്പോലെയാണ്, അഥവാ അതിനുസമാനമാണ്. അംശം (Nr.) അയാൾ എന്താണോ അതാണ്. ഛേദ (Dr.) മാകട്ടെ അയാൾ തന്നെക്കുറിച്ച് എന്താണ് ധരിച്ചുവെച്ചിരിക്കുന്നത് അതാണ്. 'ഛേദം വലുതാകുന്തോറും ഭിന്നിതം ചെറുതായിതീരുന്നു'.

72. സർവവും സംഖ്യ

'സംഖ്യകളുടെ പിതാവ്' എന്നറിയപ്പെട്ടിരുന്ന ഗ്രീക്ക് ചിന്തകനാണ് ബി സി ആറാം നൂററാണ്ടിൽ ജീവിച്ച പിഥഗോറസ്. 'തത്വചിന്തകൻ' എന്ന് ആദ്യമായി സ്വയം വിശേഷിപ്പിച്ച വ്യക്തിയാണദ്ദേഹം. സദാസമയവും സംഖ്യകളെക്കുറിച്ച് ചിന്തിച്ചു നടക്കുന്ന 'ശീല'ക്കാരനായിരുന്നു പിഥഗോറസ്. സംഖ്യകളോട് അദ്ദേഹത്തിന് ഒരുതരം വൈകാരികമായ ബന്ധമായിരുന്നു എന്നു തന്നെ പറയാം. ഓരോ സംഖ്യക്കും ഓരോ ഗുണധർമങ്ങൾ ഉണ്ടെന്ന് ഈ ഗ്രീക്ക് ചിന്തകൻ പ്രസ്താവിച്ചു. ഇതാ ഇങ്ങിനെ:

ഒന്ന്: കാരണത്തെ പ്രതിനിധീകരിക്കുന്ന ഇത് എല്ലാ സംഖ്യകളുടെയും സ്രോതസ്സാണ്.

രണ്ട്: പുരുഷന്റെ പ്രതീകം

മൂന്ന്: സ്ത്രീ

നാല്: തുല്യ സംഖ്യകളുടെ ഗുണനഫലമാകയാൽ ഇത് നീതിയുടെ പ്രതീകമായി.

അഞ്ച്: വിവാഹത്തെ പ്രതിനിധീകരിച്ചു. കാരണം രണ്ടും (പുരുഷൻ) മൂന്നും (സ്ത്രീ) കൂടി കൂട്ടിയതാണല്ലൊ അഞ്ച്.

73. രണ്ട് അദ്വിതീയതകൾ

ക്രിക്കറ്റിൽ ഒരു 'ഒവറിൽ 6 ആറു'കൾ അടിച്ച രണ്ട് പേരാണ് സോബേഴ്സും (Gary Sobers 1936 -) ഭാരതീയനായ രവിശാസ്ത്രിയും (1962 -). വെസ്റ്റ് ഇൻഡീസ് മുൻ ക്യാപ്ടൻ ആയിരുന്ന സോബേഴ്സ് ക്രിക്കറ്റിലെ എക്കാലത്തേയും മികച്ച 'ആൾ റൗണ്ടർ' ആണ്. ഒരു ഓവറിലെ തുടച്ചയായ 6 പന്തുകളിൽ 6 'ആറു'കൾ അടിച്ചപ്പോൾ (1968 ൽ)

ഈ നേട്ടം കൊയ്ത ആദ്യ കളിക്കാരനായി. പിന്നീട് ഈ നേട്ടം കൈവരിച്ചത് (1984-ൽ) ഇന്ത്യൻ കളിക്കാരനായ രവിശാസ്ത്രിയാണ്. തികച്ചും ഒരു ബൗളർ ആയി അരങ്ങേറ്റം കുറിച്ച ശാസ്ത്രി പതുക്കെപതുക്കെ മികച്ച ബാറ്റ്സ്മാൻ ആയി. 6 അടി 3 ഇഞ്ച് പൊക്കം ഉള്ള ക്രിക്കറ്റിലെ ഈ ആൾറൗണ്ടർ മികച്ച കമന്റേറ്റർ കൂടിയാണ്. 1994 ൽ ഒന്നാം ക്ലാസ് ക്രിക്കറ്റിൽ നിന്നും വിരമിച്ചു.

74. ആശാനോ ശിഷ്യനോ കേമൻ?

മറ്റൊരു വിരോധാഭാസം നോക്കാം. നൂറ്റാണ്ടുകൾക്ക് മുമ്പ് നടന്ന കഥയാണിത് എന്ന് പറയപ്പെടുന്നു. ശിഷ്യനെ ഫീസ് കൂടാതെ ആശാൻ നിയമം പഠിപ്പിച്ചു. ശിഷ്യൻ ദരിദ്രനായിരിക്കാം. ശിഷ്യൻ കേസ് പറഞ്ഞ് ജയിക്കുന്ന ആദ്യത്തെ തവണ ലഭിക്കുന്ന ഫീസ് ആശാന് കൊടുക്കണം എന്നാണ് കരാർ. ശിഷ്യൻ സമ്മതിച്ചു. പഠിത്തം കഴിഞ്ഞു. കേസ് കിട്ടുവാൻ ശിഷ്യൻ നീണ്ട കാത്തിരിപ്പായി. കക്ഷികൾ വരണമല്ലൊ. ആശാൻ നോക്കിയിരുന്നുമടുത്തു. ശിഷ്യന്റെ ഫീസ് കുടിശ്ശികക്കായി കേസ് കൊടുക്കുവാൻ ആശാൻ തീരുമാനിച്ചു. ശിഷ്യനെ ചെന്ന് കണ്ട് കാര്യം പറഞ്ഞു.

ആശാൻ: കേസിൽ നീയോ ഞാനോ ജയിക്കും, ഞാൻ ജയിച്ചാൽ കോടതിവിധി പ്രകാരമുള്ള പൈസ നീ എനിക്കു തരണം. നീയാണ് ജയിക്കുന്നതെങ്കിൽ നമ്മൾ തമ്മിലുള്ള കരാർ അനുസരിച്ച് നീ എനിക്ക് പൈസ തരണം.. രണ്ടായാലും എനിക്കാണ് പൈസ കിട്ടേണ്ടത്.

ഒട്ടും താമസിച്ചില്ല ശിഷ്യന്റെ മറുപടിക്ക്.

ശിഷ്യൻ: "അങ്ങനെ അല്ല ഗുരുവേ. ഞാൻ ജയിക്കുകയാണെങ്കിൽ കോടതി വിധി മാനിച്ച് ഞാൻ അങ്ങേക്ക് പൈസ തരേണ്ടതില്ല. അങ്ങ് ജയിച്ചാൽ നമ്മുടെ കരാർ പ്രകാരം ഞാൻ പൈസ ഒന്നും തരേണ്ടതില്ലല്ലൊ. രണ്ടവസ്ഥയിലും ഞാൻ പൈസ അങ്ങോട്ടുതരേണ്ടതില്ല".

എങ്ങനെയുണ്ട്? ആരാണ് കേമൻ? ആർക്കറിയാം അല്ലേ?

75. ജനനം മരണം

ഗലീലിയോ ഗലീലി അന്തരിച്ച് (1642 ജനുവരി 8) കൃത്യം 300 വർഷം കഴിഞ്ഞ ദിവസം സ്റ്റീഫൻ ഹോക്കിങ് ജനിച്ചു (1942 ജനുവരി 8). ആധുനിക ശസ്ത്രയുഗപ്പിറവിക്ക് കാരണക്കാരനായ ഒരു വ്യക്തിയെ ചൂണ്ടിക്കാണിക്കാമെങ്കിൽ അത് ഇറ്റലിക്കാരൻ ശാസ്ത്രപ്രതിഭയായ ഗലീലിയോ (1564 - 1642) ആണെന്ന് സ്റ്റീഫൻ ഹോക്കിങ് (Stephen Hawking 1942 -)

സ്റ്റീഫൻ ഹോക്കിങ്

വിലയിരുത്തുന്നു. മോട്ടോർ ന്യൂറോൺ അസുഖം കാരണം പൂർണമായും ചക്രക്കസേരയിൽ കഴിയാൻ നിർബന്ധിതനായ ഹോക്കിങ് ജീവിച്ചിരിക്കുന്ന ഏററവും പ്രശസ്തനായ സൈദ്ധാന്തിക ഭൗതികശാസ്ത്രജ്ഞനാണ്.

76. പാൽക്കട്ടിപ്രശ്നം

ഫ്രഞ്ച് രാഷ്ട്രതന്ത്രജ്ഞനും ജനറലും പ്രസിഡണ്ടും ഒക്കെ ആയ ഡിഗോൾ (1890 - 1970) ഒരിക്കൽ വിഷമത്തോടെ, നിരാശയോടെ, എന്നാൽ തമാശയോടെ പറഞ്ഞു: 246 ഇനം പാൽക്കട്ടി പ്രചാരത്തിലുള്ള ഒരു രാജ്യം (ഫ്രാൻസ്) ഞാൻ എങ്ങിനെ ഭരിക്കും? "ശരിയുടെ ഭാഗത്താകുമ്പോൾ ഞാൻ കോപാകുലനാകും. തെറ്റിന്റെ ഭാഗത്താകുമ്പോൾ വിൻസ്റ്റൺ ചർച്ചിലും". മിക്കസമയങ്ങളിലും ഞങ്ങൾ പരസ്പരം കോപാകുലർ ആണ് എന്നത് ഡിഗോളിന്റെ മറ്റൊരു കുസൃതി പ്രയോഗം.

77. കണ്ണാടി പ്രശ്നം

കണ്ണാടിയിൽ നോക്കുമ്പോൾ സ്വന്തം രൂപം തിരിച്ചറിയുവാൻ സാധിക്കുന്ന മൂന്നു ജീവികൾ: ഉറാങ്ങുട്ടാൻ, ഡോൾഫിൻ, മനുഷ്യൻ ഇവ മാത്രമാണത്രെ! കണ്ണാടിയിൽ നോക്കുമ്പോൾ സ്വയം തിരിച്ചറിയുവാനുള്ള ജീവികളുടെ 'ശേഷി' ശാസ്ത്രജ്ഞർക്കിടയിൽ പല തലങ്ങളിലും തർക്കവിഷയമാണ്.

78. ഫുട്ബോൾ

ലോകത്ത് ഏററവും കൂടുതൽ ആൾക്കാർ കണ്ടു രസിക്കുന്ന കളിയാണ് 'ഫുട്ബോൾ,' ഈ കളിയെ 'സോക്കർ' (soccer) എന്നും വിളിക്കാറുണ്ട്. ഇംഗ്ലണ്ടിലെ ഫുട്ബോൾ താരമായ ബ്രൗൺ (charles Wreford - Brown 1866 - 1951) ആണ് 'association football'ന്റെ ചുരുക്കരൂപമായ soccer എന്ന പേർ നൽകിയത്. ബ്രൗൺ ക്രിക്കററ് കളിയിലും മിടുക്കനായിരുന്നു.

79. മെഡൽ വേട്ട

മൂന്ന് ഒളിംപിക്സിൽ (1956 മെൽബോൺ, 1960 റോം, 1964 ടോക്യോ) പങ്കെടുത്ത് ജിംനാസ്റ്റിക്ക്സിൽ 18 മെഡലുകൾ (9 സ്വർണം, 5 വെള്ളി, 4 വെങ്കലം) കരസ്ഥമാക്കിയ ലാറിസ (Larissa Latynina 1934 -) യാണ് ഒളിംപിക്സിൽ ഏറ്റവും കൂടുതൽ മെഡൽ നേടിയകായിക പ്രതിഭ (സ്ത്രീ - പുരുഷ ഭേദമില്ലാതെ).

80. ശരീരഭാഗങ്ങൾ

മനുഷ്യശരീരത്തിന്റെ ഭാഗങ്ങൾ അവയുടെ ഭാരത്തിന്റെ അടിസ്ഥാനത്തിൽ ഇങ്ങനെ ക്രമീകരിക്കാം:

ഒന്ന് (തൊലി, ശരീരഭാരത്തിന്റെ 15% ആണിത്). രണ്ട് (അസ്ഥികൂടം. ഭാരത്തിന്റെ 14%). മൂന്ന് (കരൾ liver). നാല് തലച്ചോറ്. അഞ്ച് തുടയിലെ പേശി. ആറ് ശ്വാസകോശം (lungs)

81. വലിയ പക്ഷി

ലോകത്തെ ഏറ്റവും വലിയ പക്ഷിയാണ് ആഫ്രിക്കൻ വംശജരായ ഓസ്ട്രിച്ച് അഥവാ ഒട്ടകപ്പക്ഷി. ഇവയുടെ മുട്ടയാണ് ഏറ്റവും വലിയതും!. പറക്കാൻ പറ്റില്ല എങ്കിലും ഒരു കുതിരയുടെ അത്ര വേഗത്തിൽ (74 കി മീ/മണിക്കൂർ) ഓടാൻ സാധിക്കും! തല മണ്ണിൽ (മണലിൽ) പൂഴ്ത്തി കിടക്കുന്ന ശീലം ഇവയ്ക്കുണ്ട് എന്നു പറയുന്നതിൽ വാസ്തവമില്ല.

ഒട്ടകപ്പക്ഷി

82. കാർട്ടൂൺ

ഡെന്നിസ് ദ മെനെയ്സ് (Dennis the Menace) എന്ന പ്രശസ്ത കാർട്ടൂൺ പരമ്പരക്കുജന്മം കൊടുത്തത് അമേരിക്കൻ കാർട്ടൂണിസ്റ്റായ ഹാങ്ക് കെച്ചാം (Hank Ketcham 1920 - 2001) ആണ്. 1951 മുതൽ 1994 വരെയുള്ള അദ്ദേഹത്തിന്റെ കുറിപ്പുകൾ ആണീ കാർട്ടൂൺ പരമ്പരയ്ക്കടിസ്ഥാനം. കെച്ചാം ദമ്പതികളുടെ മകൻ 'വികൃതക്കുട്ട'നായ ഡെന്നീസ് ആണ് അത്ഭുത കാർട്ടൂൺ പരമ്പരയ്ക്ക് അദ്ദേഹത്തിന് പ്രചോദനമായത്.

83. 'എട്ടി'ന്റെ വികൃതികൾ

$$1 \times 8 + 1 = 9$$

$$12 \times 8 + 2 = 98$$

$$123 \times 8 + 3 = 987$$

1234 x 8 + 4 = 9876

12345 x 8 + 5 = 98765

123456 x 8 + 6 = 987654

1234567 x 8 + 7 = 9876543

12345678 x 8 + 8 = 98765432

123456789 x 8 + 9 = 987654321

84. പുരുഷലക്ഷണം

അമേരിക്കൻ ഹാസ്യസാഹിത്യകാരനായ ഡോൺ ഹെറോൾഡ് (1889 - 1966) 'എന്തു പറഞ്ഞാലും ശരി. ഈ കഷണ്ടി വൃത്തിയുള്ള ഒന്നാണ്' എന്നു പറഞ്ഞതിൽ നിന്നു തുടങ്ങാം.

- കഷണ്ടി, കുംഭ, മുതുകത്തു രോമം ഇവ മൂന്നും ചേർന്നതാണ് പുരുഷലക്ഷണം എന്നൊരു ചൊല്ലുതന്നെ ഉണ്ട്.
- തലയ്ക്കകത്ത് ഒന്നും ഇല്ലാത്തവർക്ക് ഒരു പ്രതിവിധി എന്ന കണക്കിൽ ദൈവം തലക്ക് പുറം രോമം (മുടി) പിടിപ്പിച്ച് ഭൂമിയിലോട്ട് പറഞ്ഞുവിടുന്നു. തലയ്ക്കകത്ത് എന്തെങ്കിലും ഉള്ളവർ (ബുദ്ധിശക്തി)ക്ക് പുറത്ത് ഒന്നും പിടിപ്പിക്കാതെ ഭൂമിയിലേക്ക് അയക്കുന്നു. കഷണ്ടിക്കാരായ ഇത്തരക്കാർ 'ബുദ്ധി'യുള്ളവർ എന്ന് ഇത് അർഥമാക്കുന്നു.

- തൊപ്പി, തലേക്കെട്ട്, ഹെൽമറ്റ് ഇവ ഉപയോഗിക്കുന്നത് കഷണ്ടി ഉണ്ടാക്കുന്നില്ല.
- സോപ്പ്, സൗന്ദര്യവർധക വസ്തുക്കൾ, വെള്ളം ഇവ കൊണ്ടുള്ള ഉപയോഗം കഷണ്ടി ഉണ്ടാക്കുന്നില്ല; വർധിപ്പിക്കുന്നുമില്ല.
- ഉൽപ്പാദനശേഷിയും കഷണ്ടിയും തമ്മിൽ ഒരു ബന്ധവും ഇല്ല
- മനുഷ്യർക്കുമാത്രമുള്ള സ്വഭാവവിശേഷവുമല്ല കഷണ്ടി
- സാധാരണയായി പുരുഷന്മാരിൽ മാത്രം കഷണ്ടി കണ്ടുവരുന്നു.
- കഷണ്ടി ഒരു രോഗമല്ല.

85. ഗ്രഹങ്ങൾ

സൗരവ്യൂഹത്തിലെ ഏറ്റവും വലിയ ഗ്രഹമായ വ്യാഴത്തി

(ജ്യൂപ്പിറ്റർ)നുള്ളിൽ ഉദ്ദേശം ആയിരം ഭൂമിയെ നിറയ്ക്കാം. സൂര്യനുള്ളിൽ ആയിരം വ്യാഴഗ്രഹത്തെയും. സൗരവ്യൂഹത്തിലെ മൊത്തം പദാർഥങ്ങളുടെ 98 ശതമാനം സൂര്യനിലാണ്. അത്രമാത്രം വലുതാണ് സൂര്യൻ എന്നർഥം. സൂര്യനിൽ നിന്ന് അഞ്ചാമത് കിടക്കുന്ന വ്യാഴം കറക്കത്തിന്റെ കാര്യത്തിൽ സൗരവ്യൂഹത്തിൽ ഏറ്റവും വേഗതയുള്ള ഗ്രഹംകൂടിയാണ്.

ഭൂമി, വ്യാഴം, സൂര്യൻ ഇവയുടെ ആപേക്ഷിക വലുപ്പം 1:10:100

86. ധൂമകേതു മരണം

അമേരിക്കൻ ഹാസസാഹിത്യകാരനായ മാർക്ക് ട്വയിൻ (1835 - 1910) ഹാലി (Halley) ധൂമകേതു പ്രത്യക്ഷപ്പെട്ട് (1835 നവമ്പർ 16) രണ്ട് ആഴ്ച കഴിഞ്ഞാണ് ജനിച്ചത്. 75 വർഷങ്ങൾക്കുശേഷം ഇതേ ധൂമകേതു വീണ്ടും പ്രത്യക്ഷപ്പെട്ടതിന്റെ (1910 ഏപ്രിൽ 20) പിറ്റേദിവസം ഇദ്ദേഹം അന്തരിക്കുകയും ചെയ്തു. ഈ ധൂമകേതു ഒരു മനുഷ്യായുസ്സിൽ പ്രത്യക്ഷപ്പെടുകയും അപ്രത്യക്ഷമാകുകയും ചെയ്യുന്നു. നഗ്നനേത്രംകൊണ്ട് നമുക്കു കാണുവാൻ സാധിക്കുന്നതാണ് ഹാലി ധൂമകേതു. എഡ്മണ്ട് ഹാലി (Edmond Halley 1656-1742) എന്ന ബ്രിട്ടീഷ് ശാസ്ത്രജ്ഞനാണ് ഈ ധൂമകേതുവിന്റെ വരവും പോക്കും കണക്കു കൂട്ടിയത്. അങ്ങിനെ ഹാലി ധൂമകേതു എന്ന പേരും ലഭിച്ചു.

87. സ്വപ്നം, ഓട്ടം, വിശ്വാസം

തെളിയിക്കപ്പെടുവാൻ പ്രത്യേക വഴികൾ ഒന്നും ഇല്ലെങ്കിലും ഒരു വ്യക്തി ഒരു വർഷം 1460 സ്വപ്നങ്ങൾ കാണുന്നു എന്ന് 'വിശ്വസനീയമായി വിശ്വസിക്കപ്പെടുന്നു'ണ്ടത്രെ! ഇതുപോലെ ഫുട്ബോളിൽ ഒരു 'കളി'യിൽ (മാച്ച്) ഒരു കളിക്കാരൻ ശരാശരി 11 കി മീ ഓടുന്നുണ്ടത്രെ!

നാൻസി

88. സംഭാഷണം

ബ്രിട്ടീഷ് പൊതുസഭയിലെ ആദ്യ വനിതാംഗമായിരുന്ന നാൻസിയും (Nancy Astor 1879 - 1964) യും സർ വിൻസ്റ്റൺ ചർച്ചിലും തമ്മിലുള്ള ഒരു സംഭാഷണം.

നാൻസി:

വിൻസ്റ്റൺ; നിങ്ങൾ എന്റെ ഭർത്താവായിരുന്നുവെങ്കിൽ, രാവിലത്തെ ബെഡ്കാപ്പിയിൽ ഞാൻ അതിവീര്യമുള്ള വിഷം കലക്കി തരുമായിരുന്നു.

ചർച്ചിലിന്റെ മറുപടി പെട്ടെന്നായിരുന്നു:

'മാഡം നിങ്ങളായിരുന്നു എന്റെ ഭാര്യ എങ്കിൽ ഞാൻ ആ കാപ്പി കുടിക്കും.'

ലേഡി ആസ്റ്ററുടെ പേരിൽ പ്രശസ്തവും സരസവും ആയി ഇത്തരം ഒട്ടേറെ ഉദ്ധരണികൾ ഉണ്ട്.

89. മദ്യം, സ്ത്രീ

വിരൂപയായ സ്ത്രീ സമൂഹത്തിലെ മാന്യനോട് അൽപ്പം മോശമായ രീതിയിൽ ഇങ്ങനെ കയർത്തു:

"ഹേ മിസ്റ്റർ താങ്കൾ കുടിച്ച് 'പൂസാ'യിരിക്കുകയാണ് അല്ലേ?

മറുപടി:

നാളെ രാവിലെ ഞാൻ സുബോധമുള്ളവൻ ആകും. പക്ഷേ നിങ്ങൾ വിരൂപിയായിതന്നെയിരിക്കും.

(സംഭാഷണത്തിലെ മാന്യൻ വിൻസ്റ്റൺ ചർച്ചിലും സ്ത്രീ ലേബർ പാർട്ടിനേതാവായ ബ്രാഡോക്ക് (Bessie Braddock 1899 - 1970) ആണെന്നും പറയപ്പെടുന്നു). (നോക്കുക: 16, 40)

90. കളിക്കളെ ദുരന്തം

വിവിയൻ ഫോ

കാമറൂൺ ഫുട്ബോൾ താരമായ വിവിയൻ ഫോ (Mare Vivien Foe 1975 – 2003) കളിക്കളത്തിൽ കുഴഞ്ഞു വീണു മരിച്ച (2003 ജൂൺ 26) കായിക പ്രതിഭയാണ്. കൊളംബിയയും സ്വന്തം രാഷ്ട്രവും തമ്മിൽ നടന്ന 'ഫിഫ കോൺഫെഡറേഷൻസ്' കളിയിലാണീദുരന്തം ഉണ്ടായത്.

91. തുക

1 മുതൽ 100 വരെയുള്ള സംഖ്യകൾ തുടർച്ചയായി കൂട്ടിയാൽ (ഇങ്ങിനെ 1 + 2 + 3 + 4 +....+ 98 + 99 + 100) സങ്കലനഫലം 5050. ഇതിനുള്ള സൂത്രം ഇതാ:

$$1 + 2 + 4 + \ldots\ldots + 98 + 99 + 100 = \frac{100 \times 101}{2}$$

92. അക്ഷരങ്ങൾ

24 അക്ഷരങ്ങളുള്ള ഗ്രീക്ക് അക്ഷരമാലയിലെ ആദ്യ രണ്ട് അക്ഷരങ്ങളെക്കൊണ്ട് (alpha, beta) രൂപം കൊടുത്ത വാക്കാണ് alphabet. ശാസ്ത്രവിഷയങ്ങളിൽ ആൽഫ, ബീറ്റ, ഗാമ, എപ്സിലോൺ, തീറ്റ തുടങ്ങി പല ഗ്രീക്ക് അക്ഷരങ്ങൾക്കും നല്ല സ്ഥാനമാണുള്ളത്.

93. പുത്തൻ കൊളമ്പസ്

യൂറി ഗഗാറിൻ

ബഹിരാകാശത്ത് പോയി സുരക്ഷിതമായി ഭൂമിയിൽ തിരിച്ചെത്തിയ സോവിയറ്റ് ബഹിരാകാശ സഞ്ചാരിയാണ് യൂറി ഗഗാറിൻ (1934 – 1968). 1961 ഏപ്രിൽ 12 നായിരുന്നു അദ്ദേഹം ഈ ചരിത്രനേട്ടം കൈവരിച്ചത്. 1968 മാർച്ച് 27ന് വിമാന അപകടത്തിൽ ഗഗാറിൻ അന്തരിച്ചു. 'കോസ്മോസിന്റെ കൊളമ്പസ്' എന്ന വിശേഷണമാണ് അദ്ദേഹത്തിനു നൽകിയിട്ടുള്ളത്. ഭൂമിയെ വലയം വെച്ച ആദ്യത്തെ മനുഷ്യജീവിയാണദ്ദേഹം.

94. തുല്യപദങ്ങൾ

റോമിൽ ചക്രവർത്തി 'സീസർ'(caesar) എന്ന പേരിൽ ആണ് അറിയപ്പെടുന്നത് എങ്കിൽ ജർമനിയിൽ ഇതിന്റെ തത്തുല്യപദം 'കൈസർ'(kaiser). റഷ്യയിൽ 'സാർ' (czar) എന്നും.

95. വൻനദി

കേരളത്തിൽ ചെറുതും വലുതും ആയി മൊത്തം 44 നദികൾ ഉള്ളതിൽ 41 എണ്ണം കിഴക്ക് പശ്ചിമഘട്ടത്തിൽ നിന്നുത്ഭവിച്ച് പടിഞ്ഞാറോട്ട് ഒഴുകി അറബിക്കടലിലോ കായലുകളിലോ പതിക്കുന്നു. കബനി, പാമ്പാർ, ഭവാനി ആണീ 3 നദികൾ മാത്രമാണ് കിഴക്കോട്ട് ഒഴുകുന്നത്. കിഴക്കോട്ടൊഴുകുന്നതിൽ കബനി കർണാടകത്തിലേക്കും ബാക്കി രണ്ടും തമിഴ്നാട്ടിലേക്കും പോകുന്നു.

കേരളത്തിലെ ഏററവും നീളം കൂടിയ നദി ഭാരതപ്പുഴ എന്നാണ് പൊതുധാരണ (209 കി മീ). എന്നാൽ 244 കി മീ നീളമുള്ള പെരിയാറിനാണ് ഒന്നാം സ്ഥാനം. ലോകത്തെ വൻനദികളെ നീളം കണക്കിലെടുത്ത് ആദ്യത്തെ മൂന്നെണ്ണം ഇങ്ങനെ ക്രമീകരിക്കാം. നൈൽ (6,650 കി മീ), ആമസോൺ (6,400 കി മീ), മിസിസിപ്പി (6,275 കി മീ).

96. നോബൽപ്രൈസ്

ആൽഫ്രഡ് നോബേൽ

തന്റെ ഭീമമായ സമ്പാദ്യം ലോകത്തെ ഏറ്റവും 'വലിയ' പുരസ്കാരമായ നോബൽസമ്മാനം കൊടുക്കുന്നതിനായി മാററിവെച്ച സ്വീഡിഷ് രസതന്ത്രജ്ഞനും കണ്ടുപിടുത്തക്കാരനും ആയ ആൽഫ്രഡ് നോബൽ (1833-1896) ആണ് അതിശക്തിയുള്ള ഡൈനാമിറ്റ് കണ്ടുപിടിച്ചത് (1867ൽ). 1901 മുതൽ നോബൽസമ്മാനം നൽകി വരുന്നു.

97. രണ്ടുവാക്കുകൾ

Cushion, Fashion എന്നീ രണ്ടു വാക്കുകൾ മാത്രമാണ് ഇംഗ്ലീഷ് ഭാഷയിൽ shion ൽ അവസാനിക്കുന്നവ.

98. നൂറ്റാണ്ട് വ്യക്തിത്വം

ഇരുപതാം നൂറ്റാണ്ടിന്റെ വ്യക്തിത്വമായി *ടൈം* മാസിക ആൽബർട്ട് ഐൻസ്റ്റിനെ തെരഞ്ഞെടുത്ത് ഇങ്ങിനെ വിലയിരുത്തി: വെർനർ ഹൈസൻ ബർഗ് (1901-1976); നീൽസ് ബോർ (1885-1962); റിച്ചാർഡ് ഫെയിൻമാൻ (1918-1988); സ്റ്റീഫൻ ഹോക്കിങ് (1942 -) തുടങ്ങിയ ശാസ്ത്രലോകത്തെ മികച്ച അതുല്യപ്രതിഭകളുടെ പ്രതീകമാണ് ഐൻസ്റ്റീൻ.

"മൂന്നാം ലോകമഹായുദ്ധം ഏത് ആയുധം ഉപയോഗിച്ചാവും അടരാടുക എന്നെനിക്കറിയില്ല. പക്ഷേ നാലാം ലോകമഹായുദ്ധത്തിൽ ഉപയോഗിച്ചേക്കാവുന്ന ആയുധങ്ങൾ കല്ലും വടിയും ആയിരിക്കും." എന്നത് ഐൻസ്റ്റിന്റെ അഭിപ്രായമാണ്.

മറെറാരു സംഭവം: പ്രിൻസ്റ്റൺ സർവകലാശാലയിൽ ഐൻസ്റ്റിൻ പഠിക്കുവാൻ ചേർന്നപ്പോൾ (1935 ൽ) പഠനത്തിന് എന്തെല്ലാം സൗകര്യങ്ങൾ ഒരുക്കിത്തരണം എന്ന് അധികൃതർ ആരാഞ്ഞു. ലഭിച്ച മറുപടി ഇങ്ങിനെ:

"ഒരു മേശ, കടലാസ്, പെൻസിൽ ഇവയും എന്റെ തെറ്റുകൾ ചുരുട്ടിക്കൂട്ടി നിക്ഷേപിക്കുവാൻ സാമാന്യം വലിയ ഒരു കൂടയും. ഇത്രയും മാത്രം." (നോക്കുക: 21, 29, 55, 64, 109).

99. മൂക്ക്, മൂർഖൻ

ഫ്രഞ്ച് ഗണിതജ്ഞനും ദാർശനികനും ആയ പാസ്കൽ (Blaise Pascal 1623 - 1662) ക്ലിയോപാട്ര രാജ്ഞിയെക്കുറിച്ച് ഇങ്ങിനെ അഭിപ്രാ

യപ്പെട്ടു. 'അതീവസുന്ദരിയും ഒട്ടേറെ പ്രമുഖർക്ക് ഹരവും ആയിരുന്ന ക്ലിയോപാട്രയുടെ മൂക്കിന്റെ നീളം അൽപ്പം കുറവായിരുന്നുവെങ്കിൽ ലോകചരിത്രം തന്നെ മാറ്റിമറിക്കപ്പെടുമായിരുന്നു.' പ്രക്ഷേപീയജ്യാമിതി, സംഭാവ്യതാ സിദ്ധാന്തം എന്നീ ഗണിത ശാഖകളിലെ അദ്ദേഹത്തിന്റെ സംഭാവന സ്തുത്യർഹമാണ്. ആധുനിക സാമ്പത്തിക ശാസ്ത്രത്തിന്റെയും സാമൂഹിക ശാസ്ത്രത്തിന്റെയും പ്രയോക്താവുകൂടിയാണ് പാസ്കൽ. ഫ്രഞ്ച് സാഹിത്യത്തിലും ഇദ്ദേഹത്തിന്റെ സംഭാവന പ്രശംസനീയമാണ്,

ചരിത്രത്തിൽ നിറഞ്ഞുനിന്ന ക്ലിയോപാട്ര മൂർഖൻ പാമ്പിനെ കൊണ്ട് കടിപ്പിച്ച് ആത്മഹത്യ ചെയ്തു എന്ന കഥ അറിഞ്ഞപ്പോൾ ലോകമനസ്സാക്ഷി അമ്പരന്നിരിക്കാം.

100. ശരീര രസതന്ത്രം

മനുഷ്യശരീരപിണ്ഡ (mass) ത്തിന്റെ 90 ശതമാനം നിർമിതമായിരിക്കുന്നത് വെറും 6 മൂലകങ്ങളെ കൊണ്ടാണ്. അവ ഓക്സിജൻ (65%), കാർബൺ (18%), ഹൈഡ്രജൻ (10%), നൈട്രജൻ (3%), കാൽസിയം (1.5%) എന്നിങ്ങനെ.

101. സംഖ്യ തിരിച്ചിടൽ

1089 നെ 9 കൊണ്ടു ഗുണിക്കുമ്പോൾ 1089 തിരിച്ചിട്ട 9801 കിട്ടും. ഇതുപോലെ 21978 നെ 4 കൊണ്ടു ഗുണിച്ചാൽ മുകളിലത്തേതുപോലെ 21978 തിരിച്ചിട്ട 87912 എന്ന സംഖ്യ കിട്ടും.

102. അഞ്ച് വമ്പന്മാർ

മൃഗങ്ങളിൽ 5 വമ്പന്മാർ എന്ന പേരിൽ അറിയപ്പെടുന്നവ എല്ലാം ആഫ്രിക്കക്കാർ ആണ്. ഇവരാണവർ: (1) ആഫ്രിക്കൻ പോത്ത്. 700 കിലോ ഭാരം വരുന്ന ഇവ തികച്ചും അപകടകാരികൾ ആണ്. (2) കരയിലെ ഏററവും വലിയ ജന്തുവായ ആഫ്രിക്കൻ ആന. (3) പുള്ളിപ്പുലി (leopard). (4) മൃഗരാജനായ സിംഹം. (5) വംശനാശഭീഷണി നേരിട്ടു

കൊണ്ടിരിക്കുന്ന കാണ്ടാമൃഗം. കഴിഞ്ഞ 40 വർഷം കൊണ്ട് കാണ്ടാമൃഗങ്ങളുടെ എണ്ണത്തിൽ 90 ശതമാനം കുറവുണ്ടായി.

103. കൊതുക്

ലോകത്ത് മൊത്തം 3000 ഇനം കൊതുകുകൾ ഉണ്ടെന്നു കരുതപ്പെടുന്നു. ബീജസങ്കലനത്തിനു ശേഷം മുട്ടയുടെ വളർച്ചയ്ക്ക് രക്തം ആവശ്യമായ പ്രാണി ആണ് കൊതുക്. ആൺ ഇനം മുട്ടയിടാത്തതിനാൽ പെൺകൊതുക് (രക്തം ആവശ്യമാകയാൽ) മാത്രമാണ് 'കടി'ക്കുന്നത്. ഉദ്ദേശം 2 ആഴ്ചയാണ് കൊതുകിന്റെ 'ജീവിതകാലം'.

104. ഒരു സംഖ്യാ പാറേറൺ

$$9 \times 9 + 7 = 88$$
$$98 \times 9 + 6 = 888$$
$$987 \times 9 + 5 = 8888$$
$$9876 \times 9 + 4 = 88888$$
$$98765 \times 9 + 3 = 888888$$
$$987654 \times 9 + 2 = 8888888$$
$$9876543 \times 9 + 1 = 88888888$$
$$98765432 \times 9 + 0 = 888888888$$

105. ചുരുക്കെഴുത്ത്

1981 സെപ്തംബർ 9-ാം തിയതി 09/09/81 എന്ന് ചുരുക്കി എഴുതാം. അതായത്

ദിവസം ഗുണം മാസം സമം വർഷത്തിലെ അവസാന രണ്ടക്കം. അതുപോലെ 2001 ജനുവരി 1 ഉം ഇപ്രകാരം എഴുതാം. ഇങ്ങിനെ: 01/01/01

106. നഗ്നതയുടെ മേൽക്കോയ്മ

നഗ്നത എന്നർഥം വരുന്ന ഗ്രീക്ക് വാക്കിൽ (gymnos) നിന്നാണ് 'ജിംനാഷിയം' എന്ന പദപ്രയോഗം (gymnasium) ഉത്ഭവിച്ചത്. പുരാതനകാലത്ത് കായികാഭ്യാസികൾ നഗ്നരായാണ് മത്സരങ്ങളിൽ പങ്കെടുത്തിരുന്നത്. ഒളിംപിക്സ് മൽസരങ്ങളിലും ഇതായിരുന്നു സ്ഥിതി.

അതിനാൽ ആദ്യകാല ഒളിംപിക്സുകളിൽ സ്ത്രീകൾ മൽസരങ്ങളിൽ പങ്കെടുക്കുകയോ കാണികളായി എത്തുകയോപോലും ചെയ്തിരുന്നില്ല.

107. സൗഹൃദ ശത്രു

ഇരുപതാംനൂറ്റാണ്ടിലെ പ്രഭാവശാലിയായ ഇംഗ്ലീഷ് എഴുത്തുകാരനായ ജി കെ ചെസ്റ്റർട്ടൻ (1874–1936) 'വിരോധാഭാസങ്ങളുടെ രാജാവ്' എന്ന വിശേഷണത്തിന്നർഹനാണ്. അദ്ദേഹത്തിന്റെ ചില അഭിപ്രായങ്ങൾ:

'കള്ളന്മാർ സമ്പത്തിനെ ബഹുമാനിക്കുന്നു. കൂടുതൽ ബഹുമാനത്തോടെ സ്നേഹിക്കുവാനും സംരക്ഷിക്കപ്പെടുവാനുമായി അത് തന്റേതാക്കണമെന്ന് അവർ കൊതിക്കുന്നു.'

'എന്റെ രാജ്യം ശരിയോ തെറ്റോ' എന്ന് ഒരു യഥാർഥ രാജ്യസ്നേഹിയും സമനിലതെറ്റാത്ത അവസരത്തിൽ ചിന്തിക്കില്ല. കാരണം എന്റെ അമ്മ മദ്യപാനിയോ അല്ലയോ എന്നു ചിന്തിക്കുന്നതിനു സമാനമാണിത്.

ഇതുകൊണ്ടാകാം അദ്ദേഹത്തിന്റെ 'സൗഹൃദശത്രു'വായ ബർണാർഡ്ഷാ; ചെസ്റ്റർട്ടനെ 'അദ്ദേഹം ഒരു ബുദ്ധി രാക്ഷസൻ' എന്നു വിലയിരുത്തിയതും!

108. ഈശ്വരൻ

"സ്കൂളിൽ ബീജഗണിതം (ആൾജിബ്ര) പഠിപ്പിക്കുന്നിടത്തോളം കാലം അവിടെ ഈശ്വരപ്രാർഥന ഉണ്ടായിരിക്കും." 'എമ്മി' അവാർഡ് നേടിയ അമേരിക്കൻ എഴുത്തുകാരിയും മാധ്യമപ്രവർത്തകയുമായ കോക്കിറോബർട്സ് (Cokie Roberts 1943 -) ആണ് ഇങ്ങിനെ അഭിപ്രായപ്പെട്ടത്.

109. മുത്തശ്ശി

രണ്ടാം ലോകമഹായുദ്ധത്തിനുമുമ്പ് അമേരിക്കയിലെ തെരുവുകളിൽ കാണുന്നവരൊക്കെ ഐൻസ്റ്റിനെ തടഞ്ഞുനിർത്തി നിങ്ങളുടെ 'ആ സിദ്ധാന്തം' എന്തെന്ന് ഒന്നു പറഞ്ഞു തരൂ എന്നാവശ്യവുമായി നിരന്തരം ശല്യം ചെയ്യുമായിരുന്നു. 'ക്ഷമിക്കണം. പലരും പ്രൊഫസർ ഐൻസ്റ്റിൻ ആയി എന്നെ തെറ്റിദ്ധരിക്കുന്നു' എന്നൊഴിവുകഴിവു പറഞ്ഞ് യഥാർഥ ഐൻസ്റ്റിൻ രക്ഷപ്പെടാറുണ്ടായിരുന്നു. അതുകൊണ്ടാകാം അദ്ദേഹം ഇങ്ങിനെ പറഞ്ഞത്: "ഒരാശയം നിങ്ങളുടെ മുത്തശ്ശിക്ക് വിശദീകരിച്ച് മനസിലാക്കിക്കൊടുക്കുവാൻ സാധിക്കുന്നില്ല എങ്കിൽ അക്കാര്യം നിങ്ങൾക്കും മനസിലായിട്ടില്ല എന്നാണർഥം." (നോക്കുക: 21, 29, 55, 64, 98)

110. രോഗം, ദുഃഖം, പാപം

"മരുന്ന് മനുഷ്യരെ രോഗികളും ഗണിതം ദുഃഖിതരും ദൈവശാസ്ത്രം പാപികളും ആക്കുന്നു." ജർമൻ പാതിരിയും പണ്ഡിതനും ആയ മാർട്ടിൻ ലൂഥറുടെ (1483 –1546) പ്രസ്താവനയാണിത്. ഇതൊരു 'വിജ്ഞാന കുസൃതി'യോ 'യാഥാർഥ്യ'മോ എന്നും പരിശോധിച്ചു നോക്കൂ!

111. സുഹൃത്തും ശത്രുവും

ഗണിതത്തിലെ ഒരു ആശയമാണ് 'അനന്തം'. വളരെ ലളിതമായി 'അററം അഥവാ അതിർ ഇല്ലാത്തത്' എന്നു അനന്തത്തെ നിർവചിക്കാം. എണ്ണിയോ അളന്നോ കണക്കാക്കുന്നതിനേക്കാൾ കൂടുതൽ ആയത് എന്ന് അനന്തത്തെ പൊതുവെ നിർവചിക്കാം. 'അതിർ ഇല്ലാത്ത' എന്നർഥം വരുന്ന ലാറ്റിൻ പദത്തിൽ (infinitas) നിന്നുത്ഭവിച്ചതാണിത്. വിചാരിക്കാവുന്നതിൽ വെച്ച് വലിയത് എന്നും 'അനന്ത'ത്തെ പറയാം. ഇത് ഒരു സംഖ്യയോ അളവോ അല്ല, പ്രത്യുത ഒരു 'ആശയം' മാത്രം! അമേരിക്കൻ ഗണിതജ്ഞനായ പിയർ പോൺട് (1866–1938) 'അനന്തം' നമ്മുടെ ഏറ്റവും വലിയ മിത്രവും അതേസമയം മനസ്സമാധാനം കെടുത്തുന്ന ഏററവും വലിയ ശത്രുവും ആണെന്നഭിപ്രായപ്പെട്ടതും കണക്കിലെടുക്കേണ്ടതുണ്ട്.

112. ഓട്ടവും വാക്കും

ഇരുപതാം നൂറ്റാണ്ടിന്റെ മികച്ച ദീർഘദൂര ഓട്ടക്കാരനാണ് ചെക്ക് കായിക പ്രതിഭ എമിൽ സാടൊപെക് (1922 - 2000). 5 കീ മി, 10 കീ മി, ഓട്ടമത്സരങ്ങളിലും മാരത്തോൺ ഓട്ടത്തിലും 1948, 1952 ഒളിംപിക്സ്കളിൽ സ്വർണം നേടി. ഭാര്യ ഡാന (Dana Zatopkova 1922 -)ജാവലിൻ ഏറിൽ ഒളിംപിക്സ് സ്വർണം നേടി (1952). "വിജയം മഹത്തരമാണ്. സൗഹൃദം അതിലും മഹത്തരവും"; "ലക്ഷ്യം വിജയമാണ് എങ്കിൽ 100 മീററർ ഓടുക. ഓട്ടം ഒരു 'അനുഭവ'മാകണം എങ്കിൽ മാരത്തോൺ ഓടൂ." സാടോപെക്കിന്റെ ഈ വാക്കുകൾ പ്രസിദ്ധമാണ്. ഈ ദമ്പതികൾ ഒരേ ദിവസമാണ് ജനിച്ചത് എന്ന അപൂർവതയും ഉണ്ട്.

113. സാഹിത്യം, പത്രപ്രവർത്തനം

സാഹിത്യത്തിൽ ഒരു കാര്യം ഒരിക്കലേ പറയൂ. എക്കാലവും അത് നിലനിൽക്കുകയും ചെയ്യും. എന്നാൽ ചില്ലറ മാറ്റങ്ങളോടെ ഓരേകാര്യം തന്നെ കൂടെക്കൂടെ പറയുന്നതാണ് പത്രപ്രവർത്തനം. എഴുതപ്പെട്ട വാക്കുകൾക്കു നൽകുന്ന പ്രതിഫലത്തിൽ 99 ശതമാനവും പത്രപ്രവർ

ത്തന രംഗത്തുള്ളവർക്കാണ് ലഭിക്കുന്നത്. സാഹിത്യത്തിന് ഇവരുടെ സംഭാവന എത്രമാത്രം ഉണ്ട് എന്ന കാര്യം പരിഗണിക്കാറുപോലും ഇല്ല.

90-ാമത്തെ വയസിൽ 90 ഗ്രന്ഥരചനകൾ നടത്തിയ ശേഷം അന്തരിച്ച പ്രസിദ്ധ അമേരിക്കൻ സാഹിത്യകാരനായ അപ്ടൺ സിംക്ലയറുടെ (1878–1968) അഭിപ്രായമാണിത്. സോഷ്യലിസ്റ്റ് ആശയങ്ങളിൽ ഊന്നിക്കൊണ്ടദ്ദേഹം 1906 ൽ രചിച്ച നോവൽ (*The Jungle*) പ്രശസ്തമാണ്. പ്രശംസയുടെ അത്യുന്നതങ്ങളിൽ എത്തിയ ഈ അമേരിക്കൻ സാഹിത്യകാരന് പുലിസ്റ്റർ സമ്മാനം ലഭിച്ചിട്ടുണ്ട്.

ജേർണലിസം വായിക്കാൻ കൊള്ളാത്തതും സാഹിത്യം വായിക്കപ്പെടാത്തതും ആണ് എന്ന് ഓസ്കാർ വൈൽഡിന്റെ വേറിട്ട നിരീക്ഷണവും ഇവിടെ ഓർക്കാം.

114. രണ്ട്, നാല്, ആറ്, ഏഴ്

6	x	7	=	42
66	x	67	=	4422
666	x	667	=	444222
6666	x	6667	=	44442222
66666	x	66667	=	4444422222
666666	x	666667	=	444444222222
6666666	x	6666667	=	44444442222222
66666666	x	66666667	=	4444444422222222

115. താരങ്ങൾ

ഫുട്ബോൾ ഇതിഹാസമായ പെലെ (1940–)യെപ്പോലെ അർജന്റീനയുടെ ഫുട്ബോൾ താരം മാറഡോണ (1960–)യും 'ഈ നൂറ്റാണ്ടിന്റെ കളിക്കാരൻ' എന്ന ബഹുമതിക്കർഹനായ താരമാണ്.

5'5" ഉയരം മാത്രമുള്ള മറഡോണ കളിയുടെ സാങ്കേതിക മികവും പന്തിൽ പൂർണമേൽക്കോയ്മയും നിയന്ത്രണവും ഏറ്റവും പരിമിതമായ സ്ഥലം മാത്രം ഉപയോഗിച്ച് തന്റെ കുറിയ കാലുകൾ കൊണ്ട് പല ജാലവിദ്യകളും പ്രകടിപ്പിക്കുന്നു. കളിയുടെ 'താര'മാണീ കായിക പ്രതിഭ. '10' എന്ന ജർസിയണിഞ്ഞ മാറഡോണ ഇടതുപക്ഷ സഹയാത്രികനാണ്. ഈ രണ്ട് ഫുട്ബോൾ

ഇതിഹാസങ്ങളെക്കുറിച്ച് ഫുട്ബോൾ കോച്ച് രാംസെ ഇങ്ങനെ വില യിരുത്തി:

"മിക്കവാറും 'എല്ലാം' പെലെക്കുണ്ട്. മാറഡോണക്കാകട്ടെ 'എല്ലാം' ഉണ്ട്. കളിയുടെ നിയമം തനിക്കുവേണ്ടി വ്യാഖ്യാനിക്കും, വളച്ചൊടിക്കും എന്ന കാരണത്താൽ മറഡോണ പ്രത്യേകം ഓർമിക്കപ്പെടും."

116. ബാങ്ക് ഉദ്യോഗസ്ഥൻ

പൂർണസംഖ്യകൾ, ദശാംശങ്ങൾ, ഭിന്നിതങ്ങൾ തുടങ്ങിയവയുടെ സങ്കലനം, വ്യവകലനം, ഗുണനം, ഹരണം ഇവ ഉൾപ്പെടുന്ന ഗണിത ശാഖയാണ് 'അങ്കഗണിതം'. "അങ്കഗണിത ക്രിയകൾ തെററുകൂടാതെ ചെയ്യുകയല്ല ഗണിതശാസ്ത്രജ്ഞന്റെ തൊഴിൽ... ബാങ്ക് ഉദ്യോഗസ്ഥന്റെ പണിയാണത്" എന്ന രസകരമായ നിരീക്ഷണവും ഉണ്ട്.

117. പൈ

ഗണിതത്തിൽ 'പൈ' ഒരു അപരിമേയ സംഖ്യയും ഏററവും പ്രധാനപ്പെട്ട ഒരു ഗണിത-ഭൗതിക അചരവും ആണ്. 'പൈ'യുടെ ഏകദേശ മൂല്യം 3.14159 (അഥവാ   ) ആണ്. ഇതൊരു ഭിന്നിതമായി എഴുതുവാൻ പററില്ല. ഇതിന്റെ ദശാം ശഭാഗം ഒരിക്കലും അവസാനിക്കാതെ 'പോയി ക്കൊണ്ടേയിരിക്കും' എന്നർഥം. ഉദാഹരണമായി

പൈ = 3.14159265358979323846264338327950288 ......

ഇവിടെ ആദ്യത്തെ 31 ദശാംശസ്ഥാനത്തും 'പൂജ്യം' ഒരു തവണ പോലും വരുന്നില്ല എന്നതും ശ്രദ്ധിക്കുക. ഗ്രീക്ക് അക്ഷരമാലയിലെ 16-ാമത്തെ അക്ഷരമാണിത്. വൃത്ത പരിധിയും അതിന്റെ വ്യാസവും തമ്മി ലുള്ള അംശബന്ധത്തിന് 'പൈ'എന്നക്ഷരം കൊടുത്തത് ഐസക് ന്യൂട്ടന്റെ അടുത്ത സുഹൃത്തും ഗണിതജ്ഞനുമായ വില്യം ജോൻസ് (William Jones 1675 -1749) ആണ്.

118. ഒന്നും ഒമ്പതും

$$
\begin{aligned}
1 \times 9 + 2 &= 11 \\
12 \times 9 + 3 &= 111 \\
123 \times 9 + 4 &= 1111 \\
1234 \times 9 + 5 &= 11111 \\
12345 \times 9 + 6 &= 111111 \\
123456 \times 9 + 7 &= 1111111
\end{aligned}
$$

1234567	x 9	+ 8 =	11111111
12345678	x 9	+ 9 =	111111111
123456789	x 9	+ 10=	1111111111

119. ചിന്ത

മനുഷ്യന്റെ തലച്ചോറിൽ 100 ബില്യണിൽ (1 നു ശേഷം ഒമ്പത് പൂജ്യം) കൂടുതൽ ന്യൂറോണുകൾ ഉണ്ട്. ഇവയാണ് തലച്ചോറിൽ നിന്ന് നിർദേശങ്ങൾ ശരീരത്തിന്റെ മറ്റു ഭാഗങ്ങളിലേക്ക് മണിക്കൂറിൽ 400 കി മി വേഗത്തിൽ എത്തിക്കുന്നത്. അതീവ സങ്കീർണമാണ് തലച്ചോറ് എങ്കിലും ഒരു സമയം ഒരേ ഒരു 'ചിന്ത'യെ ഉണ്ടാക്കുന്നുള്ളൂ എന്നത് ഓർക്കുക. അതിനാൽ ഈ ഓരോ 'ചിന്ത'യും ഫലപ്രദമാക്കുവാനും ശ്രദ്ധിക്കുക. 'ഫോട്ടോഗ്രാഫിക'മായ ഓർമശക്തി ഉണ്ട് എന്നു പറയുന്നത് വെറും 'മിഥ്യ'യാണെന്നും അഭിപ്രായമുണ്ട്.

120. മറെറാരു വാക്ക്

Listen എന്ന വാക്കിലെ അക്ഷരങ്ങൾ എല്ലാം ഉപയോഗിച്ച് ഉണ്ടാക്കാവുന്ന മറ്റൊരു വാക്കാണ് silent. one word കൊണ്ടുണ്ടാക്കുന്ന new door മറ്റൊരുദാഹരണം.

121. വൻകര

വൻകരകളുടെ പേരുകൾ Africa, Asia, Europe... എന്നിങ്ങനെ ഇംഗ്ലീഷിൽ എഴുതുക. ഇവിടെ എല്ലാ പേരുകളും തുടങ്ങിയ അക്ഷരത്തിൽ തന്നെ അവസാനിക്കുന്നത് ശ്രദ്ധിച്ചില്ലേ?

122. നീണ്ടവാക്ക്

ഇംഗ്ലീഷ് ഭാഷയിൽ അകാരാദിക്രമത്തിൽ എഴുതാവുന്ന ഏറ്റവും ദൈർഘ്യമേറിയ നമുക്കു പരിചിതമായ വാക്കാണ് 'almost'. കൃത്യമായി നിരീക്ഷിച്ചാൽ 'Aegilops' ആണ് നാം അന്വേഷിക്കുന്ന ആ വാക്ക്. ഈ വാക്ക് നമുക്കത്ര പരിചിതവും അല്ല. സാധാരണ പ്രചാരത്തിലുള്ള നീളം കൂടിയ 2 വാക്കുകൾ ആണ്.

1. deinstitutionalization
2. Counterrevolutionaries

123. പൂച്ചയും ചീറ്റയും

പൂച്ചയ്ക്ക് മണിക്കൂറിൽ 20 കി മീ വേഗതയിൽ ഓടുവാൻ പറ്റും. ചീറ്റയ്ക്ക് 76 കി മീ വഗതയിലും. മനുഷ്യരുടെ കണക്കെടുത്താൽ ഏറ്റവും വേഗതയുള്ള ഓട്ടക്കാരന് മണിക്കൂറിൽ ഉദ്ദേശം 30 കി മീ യാണ് വേഗത. ചീറ്റ സിംഹത്തെപ്പോലെ ഗർജിക്കില്ല പൂച്ചയെപ്പോലെ മൂളുന്നു.

124. ഡോഡൊ

പ്രാവുകളുടെ ഇനത്തിൽപ്പെട്ട വംശനാശം സംഭവിച്ച പറക്കാൻ പറ്റാത്ത പക്ഷിയാണ് ഡോഡൊ. വംശനാശ ഭീഷണി നേരിടുന്ന ജീവികളുടെ സംരക്ഷണത്തിനായി പ്രവർത്തിക്കുന്ന സംഘടനകളിൽ പലതും ഈ പക്ഷിയുടെ ചിത്രം ഇതിനായി ഉപയോഗിക്കുന്നുണ്ട്. ഇന്ത്യാസമുദ്രത്തിൽ മൗറീഷ്യസ് ദ്വീപിലാണിത് ഉണ്ടായിരുന്നത്. 17-ാം നൂറ്റാണ്ടിന്റെ മധ്യത്തോടെ വംശനാശം സംഭവിച്ചു.

125. വലിയ ജന്തു

ഭൂമിയിലെ ഏററവും വലിയ ജന്തുവാണ് നീലത്തിമിംഗലം. മത്സ്യമായല്ല സസ്തനിയായാണ് ഇതിനെ വർഗീകരിച്ചിരിക്കുന്നത്. ഇതിന്റെ ഹൃദയത്തിന് ഒരു കാറിന്റെ വലിപ്പമുണ്ടാകും. നാവിന് ആനയുടെ അത്ര നീളം വരും. കടലിൽ ഒഴുകിനടക്കുന്ന വളരെ ചെറിയ ജീവികളാണ് ഭക്ഷണം എന്നത് ഒരു കൗതുകസത്യം. ഭീമാകരമായ ശരീരമാകയാൽ ഇവക്ക് ഇത് ഒരുപാട് തിന്നുകയും വേണം.

126. നൂറ്റാണ്ടിന്റെ ഗോൾ

അർജന്റീനയും ഇംഗ്ലണ്ടും തമ്മിൽ 1986 ജൂൺ 26ന് മെക്സിക്കോയിൽ വച്ചു നടന്ന ലോകകപ്പ് ഫുട്ബോൾ മത്സരത്തിൽ എക്കാലവും പ്രശംസിക്കപ്പെട്ടതാണ് മാറഡോണ (Diego Maradona 1960 -) അടിച്ച രണ്ടുഗോളുകൾ. ഒന്ന് 51-ാം മിനിട്ടിൽ അടിച്ച 'വിവാദ ഗോൾ' ആയ 'ദൈവത്തിന്റെ കൈ' കൊണ്ടടിച്ചഗോൾ. 54-ാം മിനിട്ടിൽ സ്കോർ ചെയ്ത അപൂർവവും കൗതുകവും ആയ 'നൂറ്റാണ്ടിന്റെ ഗോൾ' എന്നു പിന്നീട് വിശേഷിപ്പിക്കപ്പെട്ടതാണ് രണ്ടാമത്തേത്. (നോക്കുക: 115).

127 ജീവൻ, ജലം

ഭൂപ്രതലത്തിന്റെ 70 ശതമാനം സമുദ്രങ്ങൾകൊണ്ട് മൂടിയിരിക്കുന്നു. ഭൂമിയുടെ ജലവിതരണത്തിന്റെ 97 ശതമാനവും സമുദ്രങ്ങൾ വഴിയാണ്. സൗരവ്യൂഹത്തിൽ ഭൂമിയിലെ ഈ സമുദ്രങ്ങൾ അദ്വിതീയമാണ്. സൗരവ്യൂഹത്തിലെ മറ്റൊരു ഗ്രഹത്തിലും ജലം ഇല്ല. ഭൂമിയിൽ ജീവന്റെ നാമ്പിട്ടത് കടലിൽ (ജലം) ആണെന്നോർക്കുമ്പോൾ ഇതിന്റെ പ്രാധാന്യം ഏറെക്കൂടുന്നു. ചന്ദ്രനിലെ 'ജല സാന്നിധ്യം' 2009 ലും സജീവ ഗവേഷണ വിഷയമാണ്.

128. മൈക്കൽ ആഞ്ചലോ

വത്തിക്കാനിലെ സുരക്ഷാ ഉദ്യോഗസ്ഥരെ സ്വിസ് ഗാർഡുകൾ എന്നാണ് പറയുക. അച്ചടക്കം, കൃത്യനിഷ്ഠത എന്നിവയിൽ ഇവർ പേരുകേട്ടിട്ടുണ്ട്. 1506ൽ നിലവിൽ വന്ന ഈ സുരക്ഷാ ഭടന്മാർ ഇന്നും ഈ പണിതുടർന്നുവരുന്നു. പ്രത്യേകതരത്തിലുള്ള ആകർഷകമായ ഇവരുടെ യൂണിഫോം രൂപകൽപ്പനചെയ്തത് ചിത്രകാരനും ശിൽപ്പിയും എഞ്ചിനീയറും കവിയും ഒക്കെയായ ഇറ്റലിക്കാരനായ മൈക്കൽ ആഞ്ചലോ (1475 - 1564) ആണെന്ന് വിശ്വസിക്കപ്പെടുന്നു.

129. ടൈപ്പ് ചെയ്തത്

'അമേരിക്കൻ സാഹിത്യത്തിന്റെ പിതാവ്' എന്ന വിശേഷഖ്യാതി യുടെ ഉടമയാണ് സാഹിത്യകാരൻ മാർക്ക് ട്വെയിൻ (1835 - 1910). അദ്ദേഹത്തിന്റെ *ടോം സ്വയർ* (*Tom Sawyer*) എന്ന നോവൽ ആണത്രെ ടൈപ്പ് ചെയ്ത് പ്രസിദ്ധീകരണത്തിന് ഏൽപ്പിച്ച ആദ്യ 'കൈ' എഴുത്തു പ്രതി. ജോലി ചെയ്ത് മുൻപരിചയം ഉള്ളതിനാൽ ബ്രിട്ടീഷുകാരും ഇങ്ങ നെ ഒരു 'ശീലം' തീരെവശമില്ലാത്തതിനാൽ അമേരിക്കക്കാരും 'ജോലി' ചെയ്തുവരുന്നു എന്നത് ഒരു മാർക്ക് ട്വെയിൻ 'സൂക്തം'.

130. കോഴിപുരാണം

"താക്കോൽ കൊടുക്കാതരുണോദയത്തിൽ താനേമുഴങ്ങും വലി യോരലാറം.......

പൂങ്കോഴിതൻ പുഷ്കലകണ്ഠനാദം, കേട്ടിങ്ങുണർന്നേറ്റു കൃഷീവല ന്മാർ"

പൂവൻകോഴിയെക്കുറിച്ച് കവി കുറ്റിപ്പുറം കേശവൻ നായരുടെ ഈ വരികൾ മലയാളിക്ക് സുപരിചിതമാണ്. കുറേക്കൂടി കോഴിചിന്തകൾ.

* കോഴിയുടെ ആയുർദൈർഘ്യം 10-15 വർഷം
* ഉദ്ദേശം 175 ഓളം ഇനം കോഴികൾ ഉണ്ട്.
* പിടക്കോഴി വർഷത്തിൽ 300 ഓളം മുട്ടയിടും.
* 21 ദിവസം അടയിരിക്കുമ്പോൾ, താപം 86 (ഫാറൻഹീറ്റ്) എത്തു മ്പോൾ മുട്ടവിരിഞ്ഞ് കുഞ്ഞുങ്ങൾ പുറത്തുവരും.
* 6 മാസം പ്രായമാകുന്നതോടെ പിടക്കോഴി മുട്ടയിടുവാൻ തുടങ്ങും.
* രാത്രിയിൽ കാഴ്ചശക്തി ഇല്ലാത്തതിനാൽ അവ സന്ധ്യക്കേ ഉറ ങ്ങാൻ കിടക്കും.

131. നീണ്ടവാക്ക്

ഇംഗ്ലീഷ് ഭാഷയിൽ a, e, i, o, u എന്നീ സ്വരാക്ഷരങ്ങൾ ഇല്ലാത്ത സാധാരണ പ്രയോഗത്തിലുള്ള ഏററവും നീണ്ട വാക്ക്:- Rhythms.

അതേസമയം ഒരു സ്വരാക്ഷരം മാത്രമുള്ള ഏററവും നീണ്ട വാക്ക്:- strength. 5 സ്വരാക്ഷരങ്ങളും അകാരാദിക്രമത്തിൽ ഒരെണ്ണം ഒരിക്കൽ മാത്രം പ്രത്യക്ഷപ്പെടുന്ന വാക്കാണ് 'മിതഭോജി' എന്നർഥംവരുന്ന ab-stemious. ഇതിന് മറെറാരുദാഹരണം 'അസ്വാഭാവികമായി' എന്നർഥം വരുന്ന facetious എന്നപദവും.

132. സൈക്കിൾ

പ്രശസ്ത ഇറ്റാലിയൻ ശാസ്ത്രജ്ഞനും എൻജിനീയറും ഗണിതജ്ഞനും ചിത്രകാരനും കണ്ടുപിടുത്തക്കാരനും ആയിരുന്ന ലിയനാർഡൊ ഡാവിൻചി (1452 - 1519) യാണ് ആദ്യത്തെ ബൈസിക്കിൾ രൂപകൽപ്പനചെയ്തത് (1493ൽ). എന്നാൽ പിന്നീട് 350 വർഷം കഴിഞ്ഞശേഷമാണ് (കൃത്യമായി പറഞ്ഞാൽ 1839ൽ) ഒരു യഥാർഥ സൈക്കിൾ പുറത്തിറങ്ങിയത്. നവോത്ഥാനകാല മനുഷ്യന്റെ മൂലമാതൃകയായ ഡാവിൻചിയുടെ താൽപ്പര്യങ്ങളുടെ ആഴവും പരപ്പും അനിർവചനീയമാണ്. കീഴ്വഴക്കങ്ങൾക്ക് പിടികൊടുക്കാതെയുള്ള ആ ഇഷ്ടാനിഷ്ടങ്ങൾ ഒരു അതിമാനുഷന്റേതുപോലെ വിദൂരവും നിഗൂഢവും ആയിരുന്നു.

133. ദൈവനാമം

സൗരവ്യൂഹത്തിൻ വലുപ്പം കൊണ്ട് 5-ാം സ്ഥാനമാണ് ഭൂമിക്ക്. വ്യാഴം ഒന്നാമൻ. ശനിഗ്രഹം രണ്ടാമൻ. യുറാനസ് മൂന്നാമൻ. നെപ്ട്യൂൺ നാലാമൻ. എന്നാൽ ഏററവും സാന്ദ്രത കൂടിയ ഗ്രഹം ഭൂമിയാണ്. ഏതെങ്കിലും ഒരു ദൈവവുമായി ബന്ധപ്പെടാതെ ഇംഗ്ലീഷ് ഭാഷയിൽ പേർ കൈവരിച്ച ഏകഗ്രഹവും ഭൂമി (Earth) തന്നെ.

134. പേരിടൽ

ഗ്രീക്ക്-റോമൻ പുരാാണേതിഹാസങ്ങളുമായി ബന്ധപ്പെട്ടാണ് സൗരവ്യൂഹത്തിലെ എല്ലാ ചന്ദ്രന്മാർക്കും (moons) പേർ ഇട്ടിരിക്കുന്നത്. എന്നാൽ യുറാനസിന്റേതായ 27 ചന്ദ്രന്മാരുടെ പേർ ആംഗലേയ സാഹിത്യകാരന്മാരായ ഷേക്സ്പിയറുടെയും അലക്സാണ്ടർ പോപ്പിന്റെയും കഥാപാത്രങ്ങളെ ബന്ധപ്പെടുത്തിയാണ്.

135. ഒറ്റദിവസം

പരിണാമസിദ്ധാന്തത്തിന്റെ ഉപജ്ഞാതാവ് ചാൾസ്ഡാർവിന്റെ (1809 - 1882) പ്രശസ്തഗ്രന്ഥമാണ്. *on the origin of species* - 1859 നവംബർ 24ന് പ്രസിദ്ധീകരിച്ച ഈ ക്ലാസിക് കൃതിയുടെ അച്ചടിച്ച 1250 പ്രതികളും ഡാർവിന്റെയും സംഘാടകരുടെയും വിശ്വാസം തകിടംമറിച്ച് അന്നുതന്നെ വിറ്റു തീർന്നു.

136. പറക്കൽ

പ്രധാനമായും അമേരിക്കയിൽ മാത്രം കാണപ്പെടുന്ന ഹമ്മിങ് - ബേർഡ് ആണ് ലോകത്തെ ഏറ്റവും ചെറിയ പക്ഷി. പുറകോട്ടുപറക്കുവാൻ സാധിക്കുന്ന ഏകപക്ഷിയും ഇതുതന്നെ. 3-4 വർഷം ജീവിതകാലമുള്ള ഇവ മണിക്കൂറിൽ 50–55 കി മി ൽ കൂടുതൽ വേഗത്തിൽ പറക്കും.

137. ദ്വീപ്

ലോകത്ത് 10 പേരിൽ ഒരാൾ ദ്വീപിൽ താമസിക്കുന്നു എന്നത് ഒരു കൗതുക വാർത്ത. ഗ്രീൻ ലാന്റ് ആണ് ഏററവും വലിയ ദ്വീപ്. 2, 175, 590 ച കി മീ ആണ് ഇതിന്റെ വിസ്തീർണം. ദ്വീപായി കണക്കാക്കാമെങ്കിലും അദ്വിതീയമായ സസ്യ-ജീവ ജാലമുള്ളതിനാൽ വൻകരയുടെ കൂട്ടത്തിലാണ് ആസ്ത്രേലിയ ഉൾപ്പെടുത്തിയിരിക്കുന്നത്.

138. ഒന്ന്, രണ്ട്, മൂന്ന്.....

മനുഷ്യശരീരത്തിൽ ഏററവും വലിയ അവയവം ചർമം അഥവാ തൊലിയാണ്.. ശരാശരി മനുഷ്യനിൽ തൊലി ഉദ്ദേശം 3000 ച ഇഞ്ച് ശരീരം പൊതിഞ്ഞിരിക്കും. അതേസമയം കരൾ ആണ് രണ്ടാമത്തെ വലിയ അവയവം. കരൾ ആണ് ഏററവും വലിയ ആന്തരിക അവയവം എന്നകാര്യം വേറെ. മൂന്നാം സ്ഥാനം അസ്ഥിവ്യൂഹത്തിനും.

139. ലൗ

ടെന്നീസ് കളിയിൽ ലൗ (love) എന്നാൽ 'ഒന്നും ഇല്ല' അല്ലെങ്കിൽ 'സ്കോർ ഒന്നും ഇല്ല' എന്നാണ് അർഥമാക്കുന്നത്. മുട്ട ('egg') എന്നർഥം വരുന്ന *'l' oeuf'* എന്ന ഫ്രഞ്ച് വാക്കിൽ നിന്നാണ് 'love' എന്ന പദം രൂപപ്പെട്ടുണ്ടായത്. egg എന്നാൽ 0 (ഒന്നും ഇല്ല)

140. പൊങ്ങും ശനി

സൗരവ്യൂഹത്തിൽ വലുപ്പത്തിൽ രണ്ടാം സ്ഥാനത്തുള്ള ശനിഗ്രഹത്തിന്റെ സാന്ദ്രത ജലത്തിന്റെ സാന്ദ്രതയേക്കാൾ കുറവായതിനാൽ ഈ ഗ്രഹം വെള്ളത്തിലിട്ടാൽ പൊങ്ങിക്കിടക്കും. അത്രയ്ക്കു വലുപ്പമുള്ള വെള്ളപ്പാത്രം വേണമെന്നുമാത്രം!

141. മലകയററം

ജപ്പാൻ വനിത ജുൻകൊ (Junko Tabie 1939) ആണ് എവറസ്റ്റ് കൊടുമുടി കീഴടക്കിയ (1975 മെയ് 16) ആദ്യവനിത. ജപ്പാനിൽ വനിതകളുടെ മലകയററ ക്ലബ്ബിന് രൂപം കൊടുത്ത (1969) ഇവർ 1972

ഓടെ ജപ്പാനിലെ മികച്ച മലകയറ്റക്കാരുടെ പട്ടികയിൽ പെട്ട് ഖ്യാതി നേടി.

142. വെള്ളം വെള്ളം സർവത്ര

ഭൂപ്രതലത്തിന്റെ 75% ജലം ആണ്. ഇതിന്റെ 97% ഉം സമുദ്രങ്ങളിലുമാണ്. ഭൂജലത്തിന്റെ 3% മാത്രമാണ് കുടിക്കുവാൻ പററിയത്. മനുഷ്യശരീരത്തിന്റെ 70% ജലം ആണ്. ഭക്ഷണം തീരെ കഴിക്കാതെ ഒരാൾക്ക് (ശരാശരി പുരുഷന്) 5 ആഴ്ച (30 - 40 ദിവസം) ജീവിക്കുവാൻ സാധിക്കും. അതേസമയം ഒരു തുള്ളി വെള്ളംപോലും കഴിക്കാതെ 5 ദിവസത്തിൽ കൂടുതൽ ജീവിക്കുവാൻ പറ്റില്ല എന്നതും ഓർക്കുക.

143. കംഗാരുവാക്കുകൾ

ഇംഗ്ലീഷ് ഭാഷയിൽ എല്ലാ അക്ഷരങ്ങളും മറ്റൊരു വാക്കിലേതും ഒരേക്രമത്തിലും ഒരേ അർഥത്തിലും പ്രത്യക്ഷപ്പെടുന്ന വാക്ക് ആണ് കംഗാരുവാക്ക്. ഉദാഹരണമായി രണ്ടെണ്ണം ഇതാ:-

(i) masculine - (male)
(ii) observe - (see)

സ്വന്തം വയറ്റിലെ സഞ്ചിയിൽവെച്ച് കുഞ്ഞിന് സംരക്ഷണം കൊടുക്കുന്ന ജീവിയാണല്ലോ കംഗാരു.

144. ആദ്യവനിത

ബഹിരാകാശത്തു എത്തിയ ആദ്യവനിത വാലന്റിന തെരസ്കോവ (Valentina Tereshkova 1937 -)യാണ്. 1963 ജൂൺ 16ന് ആയിരുന്നു ഈ ചരിത്രം കുറിക്കൽ യാത്ര. ദരിദ്ര്യകുടുംബത്തിൽ ജനിച്ച ഇവർ സ്വപ്രയത്നത്താൽ പിന്നീട് എഞ്ചിനിയറിങ്ങിൽ പി എച്ച് ഡി നേടി.

145. സ്വാദ്

നിങ്ങളുടെ വായ് പൂർണമായും വരണ്ടതായാൽ 'ഉമിനീർ' ഉണ്ടാവുന്നതിന്റെ അളവ് ക്രമാതീതമായി കുറയും. അതായത് ഓക്സിജൻ കുറയും. ഇതിന്റെയൊക്കെ പരിണിത ഫലമായി 'സ്വാദ്' തിരിച്ചറിയുവാനുള്ള ശേഷിയും കുറയും.

146. ഗോളി

ഫുട്ബോളിൽ 20-ാം നൂററാണ്ടിലെ ഏററവും മികച്ച 3 ഗോളികൾ ആയിരുന്നു റഷ്യൻ കളിക്കാരനായിരുന്ന യാഷിൻ (Lev Yashin 1929 - 1990), ഇംഗ്ലീഷ് താരമായ ബാങ്ക്സ് (Gordon Banks 1937-), ഇറ്റാലിയൻ ഗോളിയായ ദിനോ സോഫ് (Dino Zoff 1942-) എന്നിവർ.

യാഷിൻ

മൂന്നുലോകകപ്പ് മൽസരങ്ങളിൽ (1958, 1962, 1966) കളിച്ച യാഷിൻ 150 ൽ പ്പരംപെനാൽട്ടി 'കിക്കുകൾ' രക്ഷപ്പെടുത്തിയിട്ടുണ്ട്. ഫുട്ബോളിൽ മികച്ച ഗോളിക്കുള്ള ലോക അംഗീകാരമായി 'ലെവ്യാഷിൻ അവാർഡ്' കണക്കാക്കപ്പെടുന്നു. 20-ാം നൂറ്റാണ്ടിലെ മികച്ച 100 ഫുട്ബോൾ കളിക്കാരിൽ ഒരാളായി യാഷിൻ തെരഞ്ഞെടുക്കപ്പെട്ടിട്ടുണ്ട്. നല്ല ഒരു പെനാൽടി കിക്ക് 'സേവ്' ചെയ്യുന്നതിനേക്കാൾ സുഖകരമായി ജീവിതത്തിൽ ഒന്നേയുള്ളൂ- 'യൂറിഗഗാറിൻ ബഹിരാകാശത്ത് പറക്കുന്നത് (നീന്തുന്നത്) കാണുന്നത് മാത്രം' എന്നത് യാഷിന്റെ പ്രസിദ്ധ ഉദ്ധരണിയാണ്.

147. സഹയാത്രികൻ

ഭൂമിയെ വലംവെക്കുന്ന ആദ്യത്തെ കൃത്രിമ ഉപഗ്രഹമാണ് 1957 ഒക്ടോബർ 4 ന് വിക്ഷേപണം ചെയ്ത സോവിയറ്റ് യൂണിയന്റെ സ്പുട്നിക് 'ഒന്ന്'. റഷ്യൻ വാക്ക് ആയ 'സ്പുട്നിക്കി'ന്റെ അർഥം 'സഹയാത്രികൻ' എന്നാണ്.

148. പ്രഷർ കുക്കർ

ഫ്രഞ്ചുകാരനായ ഡെന്നീസ് പപിൻ (Denis Papin 1647 -1712) ആണ് ആദ്യത്തെ പ്രഷർകുക്കർ 1680 ൽ അഭികൽപ്പന ചെയ്തത്. 'എല്ലുകളെ മൃദുവാക്കുന്നതിനുള്ള എഞ്ചിൻ/ഡൈജസ്റ്റർ ആണീ യന്ത്രം' എന്ന ദ്ദേഹം അവകാശപ്പെട്ടു.

149. ശബ്ദത്തിലെ നിശ്ശബ്ദത

സിനിമാലോകത്തെ ഇതിഹാസമായ ചാർളി ചാപ്ലിന്റെ (1889-1977) നിശ്ശബ്ദ സിനിമയായ *സിറ്റി ലൈറ്റ്സ്* (1931) ശബ്ദസിനിമകളുടെ കാലഘട്ടത്തിൽ നിർമിച്ചതാണ് എന്നത് മറ്റൊരു ചാപ്ലിൻ തമാശ. 87 മിനിറ്റ് ദൈർഘ്യമുണ്ട് ഈ ചലച്ചിത്രത്തിന്. ഏറ്റവും മികച്ച കാൽപ്പനിക ഹാസ്യസിനിമയും എക്കാലത്തേയും മികച്ച 11 സിനിമകളിൽ ഒന്നും ആയി ഇത് അടുത്തകാലത്ത് (2008) വിലയിരുത്തപ്പെട്ടു. (നോക്കുക: 3, 64).

150. ഇടംകൈ

ഗാരിസോബേഴ്സ്,

ഒരു സ്ഥിതി-വിവരക്കണക്കനുസരിച്ച് 'വലംകൈയൻ'മാരെക്കാൾ 9 വർഷം 'ഇടം കൈയന്മാ'ർ ജീവിച്ചിരിക്കുമത്രെ! ആഗസ്റ്റ് 13 'അന്തർദേശീയ ഇടം കൈയന്മാരുടെ' ദിനമായി ആചരിച്ചുവരുന്നു. ക്രിക്കറ്റിൽ അലൻ ബോർഡർ, ഗാരിസോബേഴ്സ്, സൗരവ്ഗാംഗുലി ടെന്നീസിൽ ജിമ്മി കോണേഴ്സ്, റോഡ് ലേവർ, മെക്കൻറൊ, മോണിക്കസെലസ് അഭിനയരംഗത്ത് അമിതാബച്ചൻ തുടങ്ങി വിവിധ രംഗങ്ങളിലെ പ്രശസ്തരിൽ 'ഇടംകൈയന്മാ'രുടെ പട്ടിക നീണ്ടു നീണ്ടതാണ്.

151. തുടരുന്ന യാത്ര

വോയേജർ 1 (Voyager1) എന്ന ബഹിരാകാശ പേടകമാണ് ഭൂമിയിൽ നിന്ന് പ്രപഞ്ചത്തിന്റെ ഏററവും അകലെ കിടക്കുന്ന മനുഷ്യനിർമിത വസ്തു. 1977 സെപ്തംബർ 5 ന് വിക്ഷേപിച്ച ഇത് ഇപ്പോഴും പ്രവർത്തനക്ഷമമാണ്. ഭൂമിയിൽ നിന്നും സൂര്യനിൽ നിന്നും അകലത്തേക്ക് ഇത് യാത്ര ചെയ്തുകൊണ്ടേ ഇരിക്കുന്നു.

152. ആന വിശേഷം

കരയിലെ ഏറ്റവും വലിയ ജന്തു ആണ് ആന. രണ്ടാളുടെ അത്ര ഉയരം വരും. ഉദ്ദേശം - 250 കുട്ടികളുടെ ഭാരം ഒരാനയ്ക്കുവരും. ആന മണം പിടിക്കും, വെള്ളം കുടിക്കും, കുളിക്കും, വെള്ളത്തിൽ നീന്തും. ഭീമാകാരമായ ശരീരവും തുമ്പിക്കൈയും കൊമ്പും ആണിവയുടെ പ്രധാന ആകർഷകവസ്തു. ആനകൾ 'നിന്നുകൊണ്ട് ഉറങ്ങും'. വെള്ളം കുടിക്കുന്നതിനുള്ള ഒരു 'ടൂൾ' മാത്രമാണ് തുമ്പിക്കൈ. തുമ്പിക്കകൊണ്ട് വെള്ളം കുടിക്കുന്നില്ല എന്നും ഓർക്കുക.

അമേരിക്കൻ ഹാസ്യനടൻ ആയിരുന്ന ഫീൽഡ്സിന്റെ (W C Fields 1880 - 1946) ഒരു ഹാസ്യ പ്രസ്താവന: "സ്ത്രീകൾ ആനകളെപോലെയാണ്. അവയെ നോക്കി

ആസ്വദിക്കുന്നത് എനിക്കിഷ്ടമാണ്. പക്ഷേ അതിൽ ഒന്നിനെ സ്വന്തമാക്കുന്നത് ഇഷ്ടവുമല്ല."

153. ശിഷ്യൻ, ഗുരു

ഭൂമിയുടെ ആകൃതി 'പരന്നതല്ല' ഗോളാകൃതിയിൽ ആണ് എന്ന് ആദ്യം പ്രഖ്യാപിച്ചത്. പ്ലാറ്റോയുടെ ശിഷ്യനും 'മഹാനായ അലക്സാണ്ട'റുടെ ഗുരുവും ഗ്രീക്ക് ചിന്തകനും ആയ അരിസ്റ്റോട്ടിൽ (ബി സി 384 – 322) ആണ്. 2300 വർഷങ്ങൾക്കുശേഷവും മനുഷ്യരാശിയെ സ്വാധീനിച്ച മഹത് വ്യക്തികളിൽ പ്രമുഖനായി അരിസ്റ്റോട്ടിൽ വിലയിരുത്തപ്പെടുന്നു. രണ്ടുതവണ വിവാഹിതനായിട്ടും ഭാര്യമാരുടെ വായിലെ പല്ല് എണ്ണിനോക്കി സ്വയം ബോധ്യപ്പെടുവാൻ മിനക്കെടാതെ 'പുരുഷന്മാരേക്കാൾ കുറവ് പല്ല് മാത്രമാണ് സ്ത്രീകൾക്കുള്ളത്' എന്ന് അദ്ദേഹം പറഞ്ഞത് ശരിയായില്ല എന്ന് ബർട്രാന്റ് റസ്സൽ അഭിപ്രായപ്പെട്ടതും ശ്രദ്ധേയം.

154. ബുദ്ധിമാൻ

വളർത്തുമൃഗങ്ങളിൽ ഏററവും ബുദ്ധിമാനാണ് പന്നികൾ. നായയ്ക്കും ഇവയ്ക്കും ബുദ്ധി ഒരേപോലെയാണ്. വിയർപ്പ് ഗ്രന്ഥികൾ ഇല്ലാത്തതിനാൽ പന്നി വിയർക്കില്ല. ഗർഭകാലം 3 മാസം 3 ആഴ്ച 3 ദിവസം (115 ദിവസം). മിടുമിടുക്കും ചടുലതയും വൃത്തിയും ഉള്ളവ കൂടിയാണ് പന്നികൾ, പന്നികളെക്കുറിച്ച് വിൻസ്റ്റൺ ചർച്ചിലിന്റെ അഭിപ്രായം ശ്രദ്ധേയമാണ് (നോക്കുക: 40).

155. ചാടുംപക്ഷി

വായുവിൽ 6 അടിയിൽ കൂടുതൽ ഉയരത്തിൽ ചാടുവാൻ പററുന്ന പക്ഷികളാണ് പെൻഗ്വിനുകൾ. പ്രധാനമായും ദക്ഷിണാർധ ഗോളത്തിൽ താമസിക്കുന്ന ഇവ മനുഷ്യരുമായി ഇണങ്ങിയാണ് പൊരുമാറുന്നത്. പക്ഷേ മററു പക്ഷികളെപ്പോലെ പറക്കുവാൻ കഴിയില്ല. എന്നാൽ നല്ല നീന്തൽക്കാരാണ്. മുക്കാൽസമയവും ഇവ ഭക്ഷണം തേടി കടലിലെ വെള്ളത്തിന്നടിയിൽ സമയം ചിലവിടുന്നു. കറുപ്പും വെള്ളയും തൂവലുകൾ ഉള്ള ഇവ കുണുങ്ങികുണുങ്ങി കൗതുകകരമായി നടക്കും. പെൻഗ്വിന്റെ മുഖത്തു നോക്കി കുപിതനാകുക അസാധ്യമെന്ന ഒരു ചൊല്ലു തന്നെയുണ്ട്.

156. ജൂൺ 5

പരിസ്ഥിതി പരിപോഷിപ്പിക്കുന്നതിനും മലിനീകരണത്തിനെതിരെ പടപൊരുതുന്നതിന്നുമാണ് ലോക പരിസ്ഥിതി ദിനം. ഓരോ വർഷവും ജൂൺ 5 ഈ ദിനമായി ആഘോഷിക്കുന്നു. ഓരോ വർഷവും ലോക

ത്തിലെ ഓരോ നഗരം ഈ ആഘോഷത്തിന് അതിഥേയത്വം വഹിക്കുന്നു. 2009 ലെ ആതിഥേയൻ മെക്സിക്കോനഗരമാണ്.

1972 ൽ യു എൻ ആണ് ജൂൺ 5 ലോക പരിസ്ഥിതി ദിനമായി പ്രഖ്യാപിച്ചത്. ഒരേ ഒരു ഭൂമി (1974); വെള്ളം ജീവന്റെ മുഖ്യ സ്രോതസ്സ് (1976); സമാധാനത്തിന് ഒരു മരം (1986); ആഗോളതാപനം (1989); നിങ്ങളുടെ ഗ്രഹത്തിന് നിങ്ങളെ അത്യാവശ്യമാണ് (2009) എന്നിങ്ങനെ ഓരോ വർഷവും ഓരോ ആശയം ഈ ദിനവുമായി ബന്ധപ്പെട്ട് മുന്നോട്ടുവയ്ക്കും.

157. നെപ്പോളിയനും ശാസ്ത്രവും

ജനറലുകളുടെ ജനറൽ എന്ന പേരിൽ അറിയപ്പെടുന്ന പ്രതിഭയാണ് ഫ്രാൻസിന്റെ പട്ടാള-രാഷ്ട്രീയ നേതാവായ നെപ്പോളിയൻ ബോണപ്പാർട് (1769-1821). ചരിത്രപുരുഷന്മാരിൽ വേറിട്ട പ്രതിഭാസമായി നെപ്പോളിയൻ വിലയിരുത്തപ്പെടുന്നു. ശാസ്ത്ര വിഷയങ്ങളോടുള്ള അദ്ദേഹത്തിന്റെ അഭിനിവേശം പ്രത്യേകം ശ്ലാഘനീയമാണ്. ചക്രവർത്തി ആയതിനുശേഷം ഇത് വർധിക്കുകയും ചെയ്തു. വിദ്യാർഥി ആയിരിക്കുമ്പോൾ ഗണിതത്തിൽ പ്രത്യേക മികവ് പ്രദർശിപ്പിച്ചിരുന്നു. 14 വർഷത്തെ അദ്ദേഹത്തിന്റെ ഭരണത്തിൽ ഭൗതികം, രസതന്ത്രം എന്നീ വിഷയങ്ങളിലെ ഗവേഷണത്തിൽ ഫ്രാൻസ് ഒട്ടേറെ മുന്നേറി. ബെർതോല്റ്റ് (Barthollet) മോംഗ് (Monge) തുടങ്ങിയ ശാസ്ത്രജ്ഞരുമായി അദ്ദേഹം അടുത്ത ബന്ധം പുലർത്തി. ശാസ്ത്രസംബന്ധിയായ ഒട്ടേറെ ഗ്രന്ഥങ്ങൾ വായിക്കുന്ന പ്രകൃതക്കാരനായ നെപ്പോളിയൻ ശാസ്ത്ര പരീക്ഷണങ്ങൾ നേരിട്ടു കണ്ട് മനസിലാക്കുവാനും സമയം കണ്ടെത്തി.

നെപ്പോളിയൻ ബോണപ്പാർട്

158. ദിനദൈർഘ്യം

സൗരവ്യൂഹത്തിൽ ഗ്രഹം; ശുക്രനാണ് (venus) ദിനദൈർഘ്യം ഏറ്റവും കൂടുതൽ. ശുക്രനിലെ ഒരു ദിവസത്തിന് 243 ഭൗമദിനങ്ങളുടെ ദൈർഘ്യം ഉണ്ട്. ഇതിന് ഏതാണ്ട് ഭൂമിയുടെ അത്ര വലുപ്പം ഉണ്ട്. സ്നേഹത്തിന്റെ റോമൻ ദേവതയായ 'വീനസിൽ' നിന്നാണ് 'വീനസ്' (ശുക്രൻ) എന്ന പേർ ഉണ്ടായത്.

159. രാസചേരുവ

ഭൂമിയെ മൊത്തത്തിൽ ഒന്നായി കണക്കിലെടുക്കുമ്പോൾ ഇതിന്റെ രാസചേരുവ പിണ്ഡവുമായി താരതമ്യം ചെയ്താൽ ഇപ്രകാരമാണ്: ഇരുമ്പ് 34.6%, ഓക്സിജൻ 29.5%, സിലിക്കൺ 15.2%, മഗ്നീഷിയം 12.7%, നിക്കൽ 2.4%, സൾഫർ 1.9%, ടൈറ്റാനിയം 0.05%. ഭൂമിയുടെ പ്രായം 4.5 - 4.6 ബില്യൺ വർഷം. എന്നാൽ ഇവിടെ ജീവൻ എന്നുത്ഭവിച്ചു എന്നു പറയുവാൻ തെളിവുകൾ ഒന്നും ലഭ്യമല്ലത്രെ! (ബില്യൺ - 10^9 അമേരിക്കൻ രീതി - 10^{12} ബ്രിട്ടീഷ് രീതി)

160. ശാന്തൻ, ശക്തിമാൻ

ലോകത്തെ ഏററവും ഉയരം കൂടിയ സസ്യഭുക്കായ ജന്തുവാണ് ജിറാഫ്. എല്ലാറ്റിനേക്കാളും ഉയരം കൂടിയത് എന്നർഥം വരുന്ന അറബ് വാക്കിൽ (Zirafah) നിന്നാണ് 'ജിറാഫ്' എന്ന പദം ഉണ്ടായത് ജനിച്ച ഉടൻ കുട്ടിക്ക് 6 അടി ഉയരം കാണും. ദിവസ (24 മണിക്കൂർ)ത്തിൽ 5-30 മിനിട്ട് കൂടുതൽ ഇവ ഉറങ്ങില്ല. ഒരു 'പൂച്ച ഉറക്കം'. പക്ഷേ ഒറ്റ 'തൊഴി' കൊണ്ട് സിംഹത്തെപോലും കൊല്ലും. അത്ര ശക്തിഉണ്ടെങ്കിലും അതീവ ശാന്തശീലക്കാരുമാണ്. അപൂർവമായെ കിടക്കൂ. നിന്നുകൊണ്ടാണ് ഉറക്കം. കാഴ്ച ശക്തിയും അത്യധികമാണ്.

161. ഭാരം

ശരീര ഭാരത്തിന്റെ കാര്യത്തിൽ ഹിപ്പോപൊട്ടാമസ് (1.5 - 2 ടൺ) കരയിലെ മൃഗങ്ങളിൽ മൂന്നാം സ്ഥാനത്താണ്. ഒന്നാംസ്ഥാനം ആനയ്ക്ക് (4.5 - 5 ടൺ). രണ്ടാം സ്ഥാനം വെള്ള കാണ്ടാമൃഗത്തിനാണ് (3 - 4 ടൺ). പക്ഷേ ഹ്രസ്വദൂര ഓട്ടത്തിൽ മണിക്കൂർ 48 കിമീ വേഗതയുള്ള ഹിപ്പോക്ക് ഒളിമ്പിക്സ് മത്സരങ്ങളിലെ 'വേഗ'ഓട്ടക്കാരേക്കാൾ (സ്പിർൻടേഴ്സ്) വേഗതയുണ്ട്.

162. ചാവുകടൽ

ചാവുകടലിൽ ഉപ്പിന്റെ വർധമാനമായ അളവു കാരണം (33.7%) മുങ്ങിപ്പോകാതെ അതിൽ നമുക്ക് പൊങ്ങിക്കിടക്കുവാൻ പറ്റും. ഇതിൽ ജീവന്റെ കണികപോലും ഇല്ല. ഏറ്റവും പരപ്പുകൂടിയ ഇടത്ത് ചാവുകടലിന് 67 കി മീ നീളവും 18 കി മീ വീതിയും മാത്രമാണുള്ളത്.

ജോർദാൻ താഴ്വരയിൽ സമുദ്രനിരപ്പിൽ നിന്ന് 1300 അടി താഴെ കിടക്കുന്നു ചാവുകടൽ തീരം. ഭൂമിയിലെ ഏറ്റവും താഴ്ന്ന ഇടം ആണിത്. ചാവുകടൽ യഥാർഥത്തിൽ ഒരു 'കടൽ അല്ല, ഉപ്പുജലാശയം മാത്രം!' വർഷം മുഴുവൻ ഇവിടെ സൂര്യപ്രകാശമുള്ള ആകാശമാണ്. മലിനമല്ലാത്ത വരണ്ട വായുവും.

163. പ്രത്യേക മരണവാർത്ത

സാഹിത്യത്തിനുള്ള നോബൽ സമ്മാനം ലഭിച്ച (1907) റുഡിയാർഡ് കിപ്ലിങ് (1865 - 1936) ഇന്ത്യയിലെ മുംബൈയിൽ ജനിച്ച ബ്രിട്ടീഷ് കവിയും കഥാകൃത്തുമാണ്. അദ്ദേഹത്തിനു സ്ഥിരമായി ലഭിച്ചിരുന്ന ഒരു ദിനപ്പത്രത്തിൽ അബദ്ധവശാൽ ഒരു ദിവസം അദ്ദേഹത്തിന്റെ മരണവാർത്ത അച്ചടിച്ചു വന്നു. ഈ വാർത്തവായിച്ച ഉടൻ പത്രത്തിന്റെ എഡിറ്റർക്ക് കിപ്ലിങ് ഇപ്രകാരം എഴുതി: "ഞാൻ മരിച്ചു എന്ന വാർത്ത താങ്കളുടെ പത്രത്തിൽ ഞാൻ ഇതാ ഇപ്പോൾ വായിച്ചു. വരിക്കാരുടെ ലിസ്റ്റിൽ നിന്ന് എന്റെ പേർ നീക്കം ചെയ്യുവാൻ മറക്കല്ലേ."

റുഡിയാർഡ് കിപ്ലിങ്

164. ഒരു സെക്കന്റ്

ഭൂമി സ്വന്തം അച്ചുതണ്ടിൽ ഒരുതവണ കറങ്ങുവാൻ 23.93 മണിക്കൂർ സമയം എടുക്കുമല്ലോ. ഇതാണ് ഒരു സൗരദിനം. 10 വർഷം കൂടുമ്പോൾ ഈ സമയ ദൈർഘ്യം ഒരു സെക്കന്റ് കണ്ട് കുറയുമത്രെ!

165. നിങ്ങളുടെ പ്രായം

ഇപ്പോൾ നിങ്ങളുടെ വയസ് ഭൂമിയിൽ 100 വർഷം ആണെങ്കിൽ മറ്റുഗ്രഹങ്ങളിലെ നിങ്ങളുടെ പ്രായം ഇതാ ഇപ്രകാരമാകും. ബ്രാക്കറ്റിൽ പ്രായം വർഷത്തിൽ. ബുധൻ (415.26 വർഷം); ശുക്രൻ (162.57 വർഷം); ഭൂമി (100 വർഷം); ചൊവ്വ (53.17 വർഷം); വ്യാഴം (8.43 വർഷം) ശനി (3.39 വർഷം); യുറാനസ് (1.189 വർഷം); നെപ്ട്യൂൺ (0.607 വർഷം); പ്ലൂട്ടോ (0.404 വർഷം).

166. കൂറ്റൻ

ആകാശഗംഗ (നമ്മുടെ ഗാലക്സി)യിലെ 100 ബില്യൺ (ഒരു ബില്യൺ = 10^9) നക്ഷത്രങ്ങളിൽ ഒന്നുമാത്രം ആണ് നമ്മുടെ സൂര്യൻ.

സൗരവ്യൂഹത്തിന്റെ മൊത്തം പിണ്ഡ (mass)ത്തിന്റെ 99.8% സൂര്യനാകയാൽ സൗരവ്യൂഹത്തിലെ 'കൂറ്റൻ' അഥവാ ഭീമാകാരൻ ആണ് സൂര്യൻ. (അവശേഷിക്കുന്നത് 'വ്യാഴം' (jupiter) ഗ്രഹത്തിലും).

സൂര്യനിൽ പിണ്ഡത്തിന്റെ 70% ഹൈഡ്രജനും, 28% ഹീലിയവും ബാക്കിയുള്ളവ എല്ലാം കൂടി 2% ത്തിൽ താഴെയും.

167. പത്രപ്രവർത്തകർ

ലണ്ടനിൽനിന്നും 1772 മുതൽ 1937 വരെ മറ്റൊരു പത്രമായ 'The Daily Telegraph' ഏറ്റെടുക്കുന്നതു വരെ പ്രസിദ്ധീകരിച്ചിരുന്ന പത്രമായിരുന്നു 'The morning post'. സാമുൽ ടെയ്ലർ കോളറിഡ്ജ്, ചാൾസ് ലാമ്പ്, വില്യം വേഡ്സ്വർത്ത് തുടങ്ങി ഒട്ടേറെ പ്രശസ്തർ ഈ പത്രവുമായി സഹകരിച്ച് പ്രവർത്തിച്ചിരുന്നു. ഈ പത്രത്തിനുവേണ്ടി ബോവർ യുദ്ധം (Boer War) റിപ്പോർട്ട് ചെയ്യാൻ പോയത് അന്ന് യുവാവായിരുന്ന വിൻസ്റ്റൺ ചർച്ചിൽ ആയിരുന്നുവത്രെ!

168. ഒരു വാക്യം

ഇംഗ്ലീഷ് അക്ഷരമാലയിലെ എല്ലാ അക്ഷരവും ഉപയോഗിച്ച ഒരു വാചകം ഇതാ:-

'The quick brown fox jumps over the lazy dog'. ഇത്തരം മറ്റുചിലവ കണ്ടുപിടിക്കുവാൻ ശ്രമിക്കൂ!

169. ഭാരം

നിശ്ചിത അളവ് (വ്യാപ്തം) തണുത്ത ജലവും തിളപ്പിച്ച ജലവും തൂക്കിനോക്കിയാൽ തിളപ്പിച്ച ജലത്തിന്റെ ഭാരം കുറവായിരിക്കും.

170. ഓസ്കാർ

ബർണാർഡ്ഷാ (1856-1950) യുടെ പ്രശസ്ത നാടകമായ *പിഗ്മാലിയൻ* സിനിമയാക്കിയപ്പോൾ ഇതിന്റെ തിരക്കഥയും ഷാ തന്നെ തയാറാക്കി. ഇതിന്നദ്ദേഹത്തിന് ഓസ്കാർ അവാർഡ് ലഭിക്കുകയും ചെയ്തു (1938 ൽ). സാഹിത്യത്തിനുള്ള നോബൽ പുരസ്കാരവും (1925 ൽ) ഓസ്കാർ അവാർഡും ലഭിച്ച ഏകവ്യക്തിയും ഷാ തന്നെ.

171. സ്വപ്നം

കറുപ്പിലെ സജീവ സക്രിയഘടകമായ മോർഫിൻ ശക്തിയായ വേദനസംഹാരിയാണ്. 1804ൽ ജർമനിയിൽ രസതന്ത്രപരമായി വേർതിരി

ച്ചെടുത്ത ഇതിന് 'മോർഫിൻ' എന്ന പേർ വന്നത് സ്വപ്നങ്ങളുടെ ഗ്രീക്ക് ദേവതയായ 'മോർഫ്യൂസിൽ'നിന്നാണ്.

172. ബുജി തമാശ

ബുദ്ധിജീവി ആയ അയാൾ മഹാമറവിക്കാരനുമായിരുന്നു. നിത്യ ജീവിതത്തിൽ എല്ലാക്കാര്യവും ക്രമീകരിച്ചിരുന്നത് അയാളുടെ ഭാര്യ യായിരുന്നു. ഒരു നാൾ വൈകുന്നേരം വീട്ടിൽ നിന്ന് 400 കി മീ അകലെ ഒരു മീറ്റിങ്ങിലെ പ്രസംഗം കഴിഞ്ഞപ്പോൾ അയാൾ ഭാര്യയെ ഫോണിൽ വിളിച്ചു. 'ഈ രാത്രി എന്റെ ഭക്ഷണവും ഉറക്കവും എവിടെയാണ്?'

"ഇതാ ഇവിടെ നമ്മുടെ വീട്ടിൽ" - മറുപടി.

ഈ സംഭാഷണത്തിലെ കഥാനായകൻ ജി കെ ചെസ്റ്റർട്ടൺ ആണ് (ചോദ്യം 17, 107 കൂടി നോക്കുക).

173. രണ്ടുവാക്കുകൾ മാത്രം

gry യിൽ അവസാനിക്കുന്ന 2 വാക്കുകൾ മാത്രമാണ് ഇംഗ്ലീഷ് ഭാഷയിൽ സാധാരണ പ്രയോഗത്തിൽ ഉള്ളത്. അവ angry യും hungry യും അതുപോലെ sede യിൽ അവസാനിക്കുന്ന ഇംഗ്ലീഷ് വാക്ക് supersede.

174. ഗണിതം

ഗണിതത്തിലെ ഒരു ഘാതാങ്ക സൗന്ദര്യം നോക്കൂ

$$3^3 + 4^3 + 5^3 = 6^3$$

175. ജീൻസ്

ഇറ്റലിയിലെ 'ജെനോവ' (Genoa) എന്ന നഗരത്തിലാണ് 'ജീൻസ്' (Jeans) ആദ്യമായി ഉണ്ടാക്കിയത്. Genes എന്നായിരുന്നു ആ നഗര ത്തിന്റെ ഫ്രഞ്ച് പേർ.

176. മറുപടികൾ

സൗന്ദര്യാരാധകനും ഫലിതസമ്രാട്ടും ആയ ഐറിഷ് സാഹിത്യ കാരനാണ് ഓസ്കാർ വൈൽഡ് (1854-1900). അദ്ദേഹത്തിന്റെ ഒരു നാട കത്തിൽ ഒട്ടേറെ മാറ്റങ്ങൾ വരുത്തുവാൻ നിർദേശം വന്നപ്പോൾ സ്വാഭാ വികമായും വൈൽഡ് അതിനു സന്നദ്ധമായില്ല. അതിനുള്ള മറുപടി ഇതാ ഇങ്ങിനെയും:

"ഒരു ശ്രേഷ്ഠ കൃതി(മാസ്റ്റർ പീസ്) അനധികൃതമായി തിരുത്തു വാൻ ഞാൻ ആര്?"

മറ്റൊരവസരത്തിൽ (1882ൽ) യാത്രവേളയിൽ കസ്റ്റംസ് ഉദ്യോഗ സ്ഥർ പരിശോധനാസമത്ത് ചോദിച്ചു:

"നിങ്ങളുടെ കൈവശം ഡിക്ലയർ ചെയ്യുവാനായി എന്തെങ്കിലും സാധനം ഉണ്ടോ?"

മറുപടി:

"അങ്ങിനെ പ്രത്യേകിച്ചൊന്നും ഇല്ല. (അൽപ്പം ആലോചിച്ച്). അല്ല ഉണ്ട്. എന്റെ ബുദ്ധിശക്തി."

177. വിചിത്ര വലിയ സംഖ്യ

73, 939, 133 ഒരു അഭാജ്യ സംഖ്യയാണ്. ഏറ്റം വലത്തെ അററത്തെ സംഖ്യയായ 3 കളഞ്ഞൽ കിട്ടുന്ന സംഖ്യ 73, 939, 13 ആണ്. ഇതും ഒരഭാജ്യ സംഖ്യയാണ്. ഇതിന്റെ വലത്തെ അറ്റത്തെ സംഖ്യ 3 ഉം കളഞ്ഞാൽ 73, 939, 1 എന്നു കിട്ടും. ഇതും ഒരു അഭാജ്യം. ഈ പ്രക്രിയ (വലത്തേ അററ സംഖ്യകളയൽ) തുടരുക. ഇങ്ങനെ കിട്ടുന്ന ഓരോ പുതിയ സംഖ്യയും അഭാജ്യമാകുന്നത് കാണാം:

73,939 - അഭാജ്യം
7393 - അഭാജ്യം
739 - അഭാജ്യം
73 - അഭാജ്യം
7 - അഭാജ്യം

ഈ ഗുണധർമത്തോടുകൂടിയ ഏറ്റവും വലിയ സംഖ്യയും ഇതുതന്നെ.

178. പൂച്ച, മനുഷ്യൻ, നായ്

മനുഷ്യന് 206 എല്ലുകൾ ഉള്ളപ്പോൾ പൂച്ചയ്ക്കിത് 250 ഓളം വരും. രാത്രിയിൽ മനുഷ്യന്റെ കാഴ്ച ശക്തിയുടെ 6 ഇരട്ടിവരും പൂച്ചയുടേതിന്റേതിന്. ഹൃദയമിടിപ്പ് മനുഷ്യന്റേതിന്റെ ഇരട്ടിയും. നാം വളർത്തുന്ന പൂച്ച 15 വർഷം വരെ ജീവിക്കുന്നു. നായയ്ക്ക് ആവശ്യമായതിന്റെ 5 ഇരട്ടി പ്രോട്ടീൻ പൂച്ചയ്ക്ക് വേണമത്രെ!.

വളർത്തുമൃഗങ്ങൾക്ക് സംസാരശേഷി ഉണ്ടായിരുന്നുവെങ്കിൽ പൂച്ച 'മിതഭാഷിയും' നായ 'വായാടി'ആകും എന്ന് 'അമേരക്കൻ സാഹിത്യത്തിന്റെ പിതാവ്'എന്ന പേരിൽ വിശേഷിപ്പിക്കപ്പെടുന്ന ഹാസസാഹിത്യകാരൻ മാർക്ക് ട്വെയിൻ (1835-1910) അഭിപ്രായപ്പെട്ടു. ജീൻ ബർഡൻ (Jean Burden 1914-2008) എന്ന അമേരിക്കൻ എഴുത്തുകാരി 'നായ ഗദ്യവും പൂച്ച കവിതയും' എന്ന കവിതാത്മകമായ നിരീക്ഷണം നടത്തി.

179. അരി

ലോകജനതയുടെ പകുതിപേരുടെയും മുഖ്യ ആഹാരം അരി ആണ്. ലോകത്ത് ആകെയുള്ള അരി ഉൽപ്പാദനത്തിന്റെ 90 ശതമാനവും ഏഷ്യയിൽ ആണ്. ഒരു ശരാശരി യൂറോപ്യൻ വർഷത്തിൽ വെറും 5 കി

ഗ്രാം അരി ഭക്ഷിക്കുമ്പോൾ ഏഷ്യക്കാരന്റേത് 150 കി ഗ്രാം ആണ്. നാൽപ്പതിനായിരം ഇനം അരി ഉണ്ട്. ചൈന, ഇന്ത്യ, ഇന്തോനേഷ്യ എന്നീ രാഷ്ട്രങ്ങളാണ് അരിയുടെ ഉൽപ്പാദനം ഉപയോഗം ഇവയിൽ മുൻപന്തിയിൽ. 'ഭക്ഷണം' എന്നാൽ 'അരി' എന്നാണ് ഇവിടുത്തെ വിവക്ഷ.

ഒരു വർഷത്തേക്കാണ് ആസൂത്രണം എങ്കിൽ 'അരി' വിതയ്ക്കുക; ദശകങ്ങളാണ് ആസൂത്രണ കാലമെങ്കിൽ 'മരം' നടുക; ജീവിതകാല ആസൂത്രണമാണ് മനസിലുള്ളത് എങ്കിൽ ജനങ്ങളെ വിദ്യാസമ്പന്നരാക്കുക എന്നൊരു ചൊല്ലുതന്നെയുണ്ട്.

180. തവളച്ചാട്ടം

തവള കരയിലും വെള്ളത്തിലും ജീവിക്കും. അവ വെള്ളം കുടിക്കില്ല, പകരം തൊലിയിലൂടെ വെള്ളം വലിച്ചെടുക്കുന്നു. അന്റാർട്ടിക്ക ഒഴിച്ചുള്ള വൻകരകളിലെല്ലാം തവളയെ കാണാം. 40 വർഷം വരെ ജീവിക്കും. തവളച്ചാട്ടം എന്നു കേട്ടിട്ടില്ലേ? അതിനായി അവയ്ക്ക് താരതമ്യേന നീണ്ട കാലുകൾ ഉണ്ട്. 'ഒരു കൈ ഉപയോഗിച്ച് രണ്ട് തവളകളെ പിടിക്കാൻ ശ്രമിക്കരുത്' എന്ന് ഒരു ചൈനീസ് പഴഞ്ചൊല്ലുണ്ട്.

181. തേൻ

വളരെ പണ്ടുതന്നെ മനുഷ്യന് അറിയാവുന്ന മധുരമുള്ള പദാർഥമാണ് തേൻ. പഞ്ചസാരയേക്കാൾ പതിന്മടങ്ങ് കലോറി മൂല്യം തേനിന് ഉണ്ട്. ഒരു ടേബിൾ സ്പൂൺ തരിപ്പഞ്ചസാരയുടെ കലോറി മൂല്യം 46 ആണെങ്കിൽ അത്രയും അളവ് തേനിന്റേത് 64 കലോറിയാണ്. തേനീച്ചക്കൂടിൽ നിന്നെടുക്കുന്നതാണ് പരിശുദ്ധതേൻ. സ്വാഭാവിക ഊർജ ഉത്തേജകമാണ് തേൻ. വായുകടക്കാത്ത പാത്രത്തിൽ കേടുവരാതെ സൂക്ഷിക്കുവാൻ സാധിക്കുന്ന ഏക ഭക്ഷ്യവസ്തുവാണ് തേൻ. ഇതിൽ 80% പഞ്ചസാരയും 20% ജലവും ആണ്. ഒരു തേനീച്ചയ്ക്ക് ജീവിതകാലത്ത് ഒരു ടീസ്പൂണിന്റെ 12 ൽ ഒരംശം തേൻ മാത്രമാണ് ശേഖരിച്ച് ഉൽപ്പാദിപ്പിക്കുവാൻ സാധിക്കുക.

182. ആദ്യരക്തസാക്ഷി

സോവിയററ് യൂണിയന്റെ ബഹിരാകാശ നായ 'ലെയ്ക്ക' ആണ് ബഹിരാകശത്തുവെച്ച് ഭൂമിയെ വലയം വെച്ച ആദ്യ ജീവി. മനുഷ്യനെ ബഹിരാകാശത്തിലേക്ക് അയയ്ക്കുന്നതിനായുള്ള ആദ്യകാല പരീക്ഷണങ്ങളിൽ പ്രമുഖസ്ഥാനമാണിതിന്ന്. ലെയ്ക്കയെ വഹിച്ചുകൊണ്ടുള്ള പേടകം സ്പുട്നിക് 2 വിക്ഷേപണം ചെയ്തത് 1957 നവമ്പർ 3 നായിരുന്നു. ഏതാനും മണിക്കൂറുകൾക്കകം 'നായ' മരിച്ച് ഈ രംഗത്തെ ആദ്യ 'രക്തസാക്ഷി'യായി.

183. കൂടെ ഓക്സിജനും

നാം ശ്വസിക്കുന്ന വായു വാതകങ്ങളുടെ ഒരു മിശ്രിതമാണ്. എന്നാൽ വായുവിന്റെ മുഖ്യഘടകം ഓക്സിജനും നൈട്രജനും ആണ്. കൂടാതെ ആർഗൺ, കാർബൺഡയോക്സൈഡ് തുടങ്ങി മററു വാതകങ്ങൾ നേരിയ അളവിൽ കാണും. കൂടെ ഈർപ്പവും പൊടിയും മറ്റും മറ്റും. വായുവിനെ നമുക്കു കാണാൻ, മണക്കാൻ, രുചിക്കാൻ പറ്റില്ല. വായു ഇല്ലാത്ത ഭൂമി ജീവന്റെ 'തരി'പോലുമില്ലാത്ത ശൂന്യമായ മരുഭൂമി ആയിരിക്കും. മലമുകളിൽ വായുവിന് കൂടുതൽ ആവൃത്തി ഉണ്ടാകും പക്ഷേ ഓക്സിജന്റെ അംശം കുറയും. അതിനാൽ പർവതാരോഹണസമയത്ത് ശ്വസിക്കുവാൻ ഓക്സിജൻ കൂടെ കൊണ്ടുപോകണം.

184. ബ്ലോഗ് മുത്തശ്ശി

മറിയ അമീലിയ

ലോകത്തെ ഏറ്റവും പ്രായം കൂടിയ ബ്ലോഗ് മുത്തശ്ശി മറിയ അമീലിയ (Maria Amelia Lopez Solino) 97-ാമത്തെ വയസിൽ 2009 മെയ് 20 ന് അന്തരിച്ചു. 95-ാമത്തെ വയസിലാണ് മറിയയുടെ ചെറുമകൻ വയസുകാലത്തെ ഒറ്റപ്പെടലിൽ നിന്നും ചില്ലറ ശാരീരിക അസ്വാസ്ഥ്യങ്ങളിൽ നിന്നും മോചനം കിട്ടുന്നതിന് അവരെ ഈ 'ബ്ലോഗി'ങ് വിദ്യ പഠിപ്പിച്ചത്. ഇത് അവർക്ക് അവാച്യമായ അനുഭൂതി പ്രദാനം ചെയ്തു. മരണാനന്തരം ലഭിച്ച 500 ഓളം അനുശോചന സന്ദേശങ്ങൾ അവരുടെ 'സൈറ്റിൽ' പ്രത്യേക പേരിൽ (Rest in Peace) പ്രത്യക്ഷപ്പെട്ടു.

185. ചെറിയരാജ്യം

വത്തിക്കാൻ ആണ് ലോകത്തെ ഏറ്റവും ചെറിയ രാഷ്ട്രം. ലാറ്റിൻ ഔദ്യോഗിക ഭാഷയായ ഏക രാഷ്ട്രവും ഇതുതന്നെ. ഉദ്ദേശം 44 ഹെക്ടർ വിസ്തീർണവും. ജനസംഖ്യ 900 ഉം വരും. 1929ൽ നിലവിൽ വന്നു. എല്ലാ പൗരന്മാരും ഒരേ ഒരു ഭാഷ (സോമാലി) സംസാരിക്കുന്ന ലോകത്തിലെ ഏക രാഷ്ട്രമാണ് സോമാലി.

186. ഭാഷകളുടെ സമൃദ്ധി

ജനസാന്ദ്രതയിൽ ലോകത്തെ 4-ാമത്തെ രാജ്യമാണ് ഇന്തോനേഷ്യ (220 മില്യൺ വരും ജനസംഖ്യ). ഇവരിൽ 300 പ്രാദേശിക ജനവിഭാഗങ്ങൾ ഉണ്ട്. അവർ 365 വ്യത്യസ്ത ഭാഷകൾ സംസാരിക്കുന്നു. ഇതിൽ 'ബഹാസ ഇന്തോനേഷ്യ'യാണ് ഔദ്യോഗിക ഭാഷ. ലോകത്ത് ഇന്ന് 2700 ൽ പരം ഭാഷകൾ സംസാരിക്കുന്നുണ്ട്. പതിനാലായിരത്തോളം

ദ്വീപുസമൂഹങ്ങളുടെ നാടായ ഇന്തോനേഷ്യക്ക് ആസ്ത്രേലിയയുടെ വിസ്തൃതി ഉണ്ടെങ്കിലും 20% മാത്രമാണ് കര. ബാക്കി ജലമാണ്.

187. ജനകീയ പഴം

സസ്യശാസ്ത്ര (ബോട്ടണി) നിർവചനപ്രകാരം തക്കാളി ഫലവർഗ ത്തിൽപ്പെടും. അതായത് തക്കാളി ഒരു പച്ചക്കറി അല്ല. ലോകത്തെ ഏററവും ജനകീയ ഫല (പഴ) വർഗങ്ങളിൽ ഒന്നാം സ്ഥാനം തക്കാളി ക്കാണ് (വാർഷിക ലോക ഉൽപ്പാദനം 60 മില്യൺ ടണ്ണിലധികം). രണ്ടാം സ്ഥാനത്തുള്ള വാഴപ്പഴം ഉൽപ്പാദനം വർഷത്തിൽ 44 മില്യൺ ടൺ. മൂന്നാം സ്ഥാനം 36 മില്യൺ ടൺ ഉൽപ്പാദനമുള്ള ആപ്പിളിനുമാണ്. കൊള സ്ട്രോൾ മുക്തമായ തക്കാളി നാരുള്ള ഫലമാണ്. വിററമിൻ A യും C യും ഇതിൽ ധാരാളം ഉണ്ട്.

188. 3 ബുജികുരങ്ങന്മാർ

തിന്മ 'കാണരുത്', 'കേൾക്കരുത്', 'പറയരുത്' എന്ന പഴംചൊല്ലിന്റെ മൂർത്തീഭാവങ്ങളായ മൂന്ന് കുരങ്ങന്മാർ ഉണ്ട്. ഇതിൽ ഓരോന്നിനും പ്രത്യേകം പ്രത്യേകം പേരുകളും. തിന്മ കാണുന്നവൻ (Mizaru); തിന്മ കേൾക്കാത്തവൻ (Mikazaru). തിന്മ പറയാത്തവൻ (Mazaru) എന്നീ പ്രതിമകളാണവ. ഇക്കൂട്ടത്തിൽ നാലാമതൊരുത്തൻ കൂടിയുണ്ട്. 'തിന്മ ചെയ്യാത്തവൻ' (Shizaru). ജപ്പാനിലെ പ്രശസ്ത ആരാധനാലയത്തിന്റെ മതിലിൽ 17-ാം നൂറ്റാണ്ടിൽ വരച്ച ചിത്രമാണ് പിൽക്കാലത്ത് സാധാരണവും ജനകീയവും ആയ ഈ ആശയമായിമാറിയത്.

189. പുത്തൻവാക്കുകൾ

ലോകത്ത് ഏറ്റവും കൂടുതൽ ആൾക്കാർ സംസാരിക്കുന്ന ഭാഷ മണ്ഡാരിൻ (Mandarin) ആണ്. രണ്ടാം സ്ഥാനം ഇംഗ്ലീഷിന്. എന്നാൽ ഏററവും കൂടുതൽ വാക്കുകളുള്ളത് ഇംഗ്ലീഷ് ഭാഷയ്ക്കുമാണ്. ഓരോ 10 വർഷം കഴിയുമ്പോൾ ഈ ഭാഷയ്ക്ക് പുത്തൻ വാക്കുകൾ ഉണ്ടാകുന്നുണ്ട് (ചേർക്കപ്പെടുന്നത് എന്നർഥം). ചില ഉദാഹരണങ്ങൾ:

1940 കളിൽ വന്ന നവാഗതർ apartheid, atom bomb, flying saucer ..... 1950കളിൽ aerospace, brain storming....1960 കളിൽ disco, microwave oven, sexism....1970 കളിൽ diskette, electronic mail, junk food ...1980 കളിൽ AIDS, Caller ID........1990കളിൽ World wide web.

190. ആദ്യാവസാനങ്ങൾ

എല്ലാ സംഖ്യകളും ഇംഗ്ലീഷ് ലിപിയിൽ അകാരാദിക്രമത്തിൽ എഴുതിയാൽ കിട്ടുന്ന ആദ്യസംഖ്യ 'eight' ഉം അവസാനത്തേത് 'zero' ഉം ആയിരിക്കും.

191. ഒളിച്ചുതാമസം

ഒരു തരം സുരക്ഷാ പരിശോധനയിലും പിടികൊടുക്കപ്പെടാതെ നിങ്ങളുടെ വയറ്റിൽ അപകടകാരിയായ ഒരു രാസദ്രാവകം (ഹൈഡ്രോ ക്ലോറിക് അമ്ലം) സൂക്ഷിച്ചുവെക്കപ്പെട്ടിട്ടുണ്ട് അഥവാ ഒളിച്ചിരിപ്പുണ്ട്. വ്യാവസായിക ലോകത്ത് ലോഹ സംസ്കരണത്തിൽ ഈ അമ്ലത്തിന് വലിയ പ്രാധാന്യമുണ്ട്. ഈ വിഷദ്രാവകം സുരക്ഷിതമായി നമ്മുടെ ദഹനവ്യൂഹത്തിൽ സൂക്ഷിച്ചിരിക്കയാൽ മറ്റ് അപകടങ്ങൾ ഒന്നും സാധാരണരീതിയിൽ മനുഷ്യന് ഉണ്ടാകുന്നില്ല!

192. ഉപ്പുവെള്ളം

കടൽവെള്ളത്തിൽ 3.5% ഉപ്പാണ്. അതായത് ഒരു കിലോ കടൽ ജലത്തിൽ ഉദ്ദേശം 35 ഗ്രാം ഉപ്പ് അലിഞ്ഞു ചേർന്നിട്ടുണ്ടാവും. അതിനാൽ ശുദ്ധ ജലത്തേക്കാൾ കടൽ വെള്ളത്തിന് സാന്ദ്രത കൂടുതലായിരിക്കും. ധാരാളം ശുദ്ധജലത്തിന്റെ കൂടെ അൽപ്പം കടൽ വെള്ളം കുടിക്കാമെങ്കിലും കടൽ വെള്ളം മാത്രം കുടിച്ച് മനുഷ്യന് ജീവിതം മുന്നോട്ടുകൊണ്ടുപോകാൻ പറ്റില്ല.

'വെള്ളം വെള്ളം സർവത്ര
തുള്ളി കുടിപ്പാൻ ഇല്ലത്രെ!'
(കോളറിഡ്ജ്)

എന്നവരികൾ പ്രസിദ്ധം.

193. ഓട്ടം, ഉറക്കം

ഉറുമ്പുകളിൽ ചില ഇനം മാത്രമാണ് ഉറങ്ങുന്നത്. പട്ടിയുടെ ഘ്രാണശക്തിയെപ്പോലെ മികവുറ്റതാണ് ഉറുമ്പിന്റേതും. സ്വന്തം ശരീര ഭാരത്തിന്റെ 20 ഇരട്ടി ഭാരമുള്ള വസ്തു തലയിൽ ചുമന്ന് ഉറുമ്പു നടന്നു നീങ്ങും. ഈ കഴിവുള്ള വേറെ പ്രാണികളും ഉണ്ട്. ശരാശരി ജീവിത കാലം 45 - 60 ദിവസം. ശരീരവലുപ്പം കണക്കാക്കി ഉറുമ്പിനെപ്പോലെ ഓടുവാൻ സാധിക്കുമായിരുന്നുവെങ്കിൽ ഒരു പന്തയക്കുതിരയുടെ വേഗതയിൽ (ഉദ്ദേശം 60 കി മീ/മണിക്കൂർ) മനുഷ്യൻ ഓടുമായിരുന്നു എന്നത് മറ്റൊരു രസികൻ കണക്ക്'.

194. അനാഗ്രാം

ഒരു പദത്തിലെ (വാക്യത്തിലെ) അക്ഷരങ്ങൾ മുഴുവൻ മറ്റൊരു ക്രമത്തിൽ ഉപയോഗിച്ച് കിട്ടുന്ന മറ്റൊരു പദം (വാക്യം) ആണ് ഇംഗ്ലീഷിൽ 'അനാഗ്രാം' (anagram). ഉദാഹരണം pot - top. മറ്റ് ചില രസികൻ ഉദാഹരണങ്ങൾ ഇതാ:

(1) dormitory - dirty room (2) eleven plus two - twelve plus one (3) inch - chin. (4) eat - tea (5) how - who (6) teach - cheat (7)

mother in law - woman hitler (8) good bye - obey god (9) funeral - real fun (10) astronomers - no more stars.....

195. വീണ്ടും ഒമ്പത്

1 മുതൽ 9 വരെയുള്ള സംഖ്യകളിൽ ഏതെങ്കിലും സംഖ്യ തെരഞ്ഞെടുക്കുക. അതിനെ 9 കൊണ്ടു ഗുണിച്ചാൽ കിട്ടുന്ന രണ്ടക്ക സംഖ്യയിലെ അക്കങ്ങൾ പരസ്പരം കൂട്ടിയാൽ കിട്ടുന്നത് 9 തന്നെ. ഉദാ: 7 x 9 = 63; 6 + 3 = 9

196. പെലെ, പേര്

എക്കാലത്തേയും മികച്ച ഫുട്ബോൾ കളിക്കാരനാണ് ബ്രസീൽ താരമായ പെലെ (Pele 1940-).

അദ്ദേഹം സ്കോർ ചെയ്ത 1281 ഗോളുകൾ ഒരു കളിക്കാരന്റെ ഏറ്റവും മികച്ച സംഭാവനയാണ്. പെലെയുടെ പേരിന്റെ പൂർണരൂപം: Edison (Edson) Arantas do Nascimento. കളിയിൽ നിന്നു വിരമിച്ച (1974) ശേഷം ബ്രസീലിന്റെ കായിക മന്ത്രിയായി പ്രവർത്തിച്ചു (1995 - 1998). 17-ാമത്തെ വയസിൽ ലോക കപ്പിൽ (1958-ൽ) കളിച്ച പെലെ എക്കാലത്തെയും ഏറ്റവും പ്രായം കുറഞ്ഞ ലോകകപ്പ് കളിക്കാരനും ഗോളടിച്ച വ്യക്തിയും ആണ്.

പെലെ

197. തപാൽസ്റ്റാമ്പ്

തപാൽ സ്റ്റാമ്പുകൾ ആദ്യമായി നടപ്പിലാക്കിയത് ബ്രിട്ടനിൽ ആണ് (1840 മെയിൽ). പെനിബ്ളാക്ക് (Penny Black) എന്നായിരുന്നു അതിന്റെ പേര്. 1840 മെയ് 1 ന് ഇറക്കിയ ഈ സ്റ്റാമ്പ് മെയ് 6 മുതൽ നടപ്പിൽ ആയി. തപാൽ സ്റ്റാമ്പ് നടപ്പിലാക്കിയ രണ്ടാമത്തെ രാഷ്ട്രം ബ്രസീൽ (1843 ആഗസ്റ്റ്).

198. ഭയങ്ങൾ

സാഹചര്യങ്ങൾ, വസ്തുക്കൾ, വ്യക്തികൾ, പ്രവൃത്തികൾ തുടങ്ങിയവയോടുള്ള തുടർച്ചയായുള്ള യുക്തിരഹിത ഭയമാണ് 'ഫോബിയ'. 'ഭയം' എന്നർഥം വരുന്ന ഗ്രീക്ക് പദമായ 'phobos' ൽ നിന്നാണീ വാക്കുണ്ടായത് (phobia). പലതരം ഭയപ്പാടുകൾ (ഫോബിയ) ഉണ്ട്. അവയിൽ രസകരമായ ചിലത് :- 13 എന്ന സംഖ്യയോടുള്ള ഭയം (triskaideka phobia); 8 എന്ന സംഖ്യയോടുള്ള ഭയം (octophobia) ; കഷണ്ടിക്കാ

രോടുള്ള ഭയം (pelado phobia); ഡോക്ടറോടുള്ള ഭയം (latrophobia); ഭക്ഷണത്തോടുള്ള ഭയം (sitophobia); വിവാഹത്തോടുള്ള ഭയം (gamophobia); നിഴലിനോടുള്ള ഭയം (sciophobia); ധനത്തോടുള്ള ഭയം (plutophobia). അങ്ങിനെ അങ്ങിനെ..

199. രക്തത്തിന്റെ നിറം

ചെമ്പിന്റെ സാന്നിധ്യം കാരണം ഞണ്ടിന്റെയും (crab) വലിയ കൊഞ്ചിന്റെയും (lobster) രക്തത്തിന്റെ നിറം നീലയാണ്. മനുഷ്യരക്തം ഇരുമ്പിന്റെ സാന്നിധ്യത്താൽ ചുവന്നും ഇരിക്കും.

200. പിക്കാസോ, അമ്മ

തന്നെക്കുറിച്ച് അമ്മയുടെ സ്വപ്നങ്ങൾ പിക്കാസോ ഓർത്തു:

കുട്ടിയായിരിക്കുമ്പോൾ അമ്മ എന്നോടുപറഞ്ഞു:

"...പട്ടാളക്കാരനാകുന്നുവെങ്കിൽ നീ ഒരു ജനറൽ ആകണം. പുരോഹിതനായി തുടങ്ങിയാൽ പോപ്പും. പക്ഷേ ഞാൻ ചിത്രകാരന്റെ വേഷം കെട്ടി യാത്ര തുടങ്ങി. പിക്കാസൊ ആയി ആ യാത്ര അവസാനിപ്പിച്ചു."